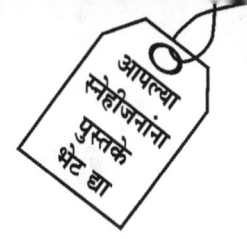

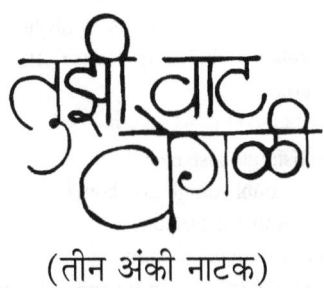

तुझी वाट वेगळी

(तीन अंकी नाटक)

रणजित देसाई

D9900373

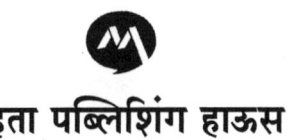

मेहता पब्लिशिंग हाऊस

- *या पुस्तकातील लेखकाची मते, घटना, वर्णने ही त्या लेखकाची असून त्याच्याशी प्रकाशक सहमत असतीलच असे नाही.*

TUZI VAT VEGALI by RANJEET DESAI

तुझी वाट वेगळी : रणजित देसाई / नाटक

© सौ. मधुमती शिंदे / सौ. पारु नाईक

मराठी पुस्तक प्रकाशनाचे हक्क मेहता पब्लिशिंग हाऊस, पुणे.

प्रकाशक : सुनील अनिल मेहता, मेहता पब्लिशिंग हाऊस,
१९४१ सदाशिव पेठ, माडीवाले कॉलनी, पुणे – ४११०३०.

मुद्रित-शोधन : मोहन वेल्हाळ

मुखपृष्ठ : चंद्रमोहन कुलकर्णी

प्रकाशनकाल : सप्टेंबर, २००१ / ऑगस्ट, २०१३ /
पुनर्मुद्रण : सप्टेंबर, २०१८

P Book ISBN 9788177661873
E Book ISBN 9789386175915
E Books available on : play.google.com/store/books
www.amazon.in

अंक पहिला

प्रवेश पहिला

(*स्थळ* : सावनगढ, जयपालसिंहाचा अंतर्महाल.

वेळ : संध्याकाळची.

पडदा उघडतो, तेव्हा जयपालसिंहाचा अंतर्महाल नजरेत येतो. भरजरी बैठकांनी सजलेला सुशोभित असा तो महाल आहे. भिंतींवर पूर्वजांची भव्य तैलचित्रे लावलेली आहेत. जयपालाचं व्यक्तिमत्त्व पोक्त, भरदार, डोळ्यांत भरण्यासारखं आहे. अंगात लखनवी झब्बा, पायांत चुणीदार विजार आहे. राजलक्षण सांगणारा मोत्यांचा कंठा गळ्यात रुळत आहे. जयपालसिंहाच्या पुढे थोड्या अंतरावर त्यांचे दिवाण धनराज अदबीने उभे आहेत. त्यांच्या हाती कीर्दवजा एक मखमली वही आहे. जयपालसिंह हातची हुक्क्याची नळी बाजूला सारून ते आश्चर्याने धनराजांच्याकडे पाहतात.)

जयपाल : घोडी घातली? इथवर मजल गेली? मला खरं नाही वाटत.

धनराज : जी, हुजूर! त्यासाठी बाहेरून अजितसेज, राजनारायण, प्रसन्नकुमार हे नेते मुद्दामहून सावनगढला आले होते. सरकारी जमिनी ताब्यात घेऊन लोकांना वाटण्याचा त्यांचा निर्धार होता.

जयपाल : आणि आमचे सावनगढचे प्रजाजन त्यात सामील झाले?

धनराज : फारसे नव्हते.

जयपाल	: मग काय केलंत?
धनराज	: रिशाला पोलिसदल सज्ज ठेवलं होतं. साऱ्या शहरातून एक रपेट काढली. मोर्च्याच्या आदल्या रात्री बाहेरच्या पुढाऱ्यांना अटक करून सावनगढच्या हद्दीबाहेर नेऊन सोडलं.
जयपाल	: सोडलंत कशाला? गोळ्या घालायच्या होत्या! हरामखोर!
धनराज	: क्षमा, महाराज! पण तसं केलं असतं, तर ते हुतात्मे झाले असते. अकारण देशभर खळबळ माजली असती.
जयपाल	: मग मोर्च्याचं काय झालं?
धनराज	: इथल्या स्थानिक पुढाऱ्यांनी मोर्चा काढण्याचा प्रयत्न केला. घोडी घालताच पांगापांग झाली. पुढारी पकडले. पार छक्के सुटले साऱ्यांचे...
जयपाल	: त्या पुढाऱ्यांना अक्कल शिकवायलाच हवी. त्यांना सोडू नका.
धनराज	: त्यांनाही सोडावं लागलं...
जयपाल	: कारण?
धनराज	: त्यांनी क्षमा मागितली. लेखी. विनाकारण कटुता वाढू नये, असं वाटलं...
जयपाल	: मूर्ख बेटे! काहीतरी ऐकतात. इंग्रजांच्या राज्यावर सूर्य कधी मावळत नाही, म्हणावं! ते इंग्रज का असल्या सत्याग्रहाला घाबरणार? आम्ही साहेबाशी इमानी असलं पाहिजे.. धनराज, तुम्ही योग्य तेच केलंत. यापुढं अशीच दक्षता बाळगा. आम्ही तुमच्या स्वामिनिष्ठेबद्दल भरदरबारी जरूर कौतुक करू.
धनराज	: जी! हे झाल्यानंतर एजंटसाहेबांनी बोलावून घेतलं होतं. त्यांनी खूप समाधान व्यक्त केलं. आपल्याला कळवणं कर्तव्य होतं, म्हणून तार केली. त्यामुळं आपल्या मुंबईच्या वास्तव्यात...
जयपाल	: काही व्यत्यय आला नाही. रेसिस् तर परवाच संपल्या आपल्या प्रिन्स अल्बर्टनं गोल्डकप जिंकला. बाकी सर्व ठीक ना?
धनराज	: आज्ञा झाली, तर थोड्या खर्चाच्या बाबी पाहायला हव्यात.
जयपाल	: नाही, धनराजजी! तुम्ही आमचे दिवाण! तुमच्या दप्तरीचा हिशेब आम्ही पारखण्याची कोणतीच गरज नाही.
धनराज	: पण महाराज, माणसाच्या हातून चुका होण्याचा संभव असतो. त्याला अपवाद नाही. आपल्या कानी महत्त्वाच्या गोष्टी गेल्या, तर आम्हां सेवकांची मनं निर्धास्त राहातात. आपल्या कानांवर सर्व गोष्टी जायलाच हव्यात.

जयपाल	:	आम्ही सांगितलं ना! आम्हाला त्याची गरज वाटत नाही. आमचा मुंबईचा मुक्काम अगदी निश्चिंत होता. नाहीतर सावनगढ सोडून आम्ही इतके दिवस मुंबईला राहिलो नसतो. मुंबईतच काय, पण आम्ही परदेशी गेलो, तरीही तुमच्यामुळं आम्हाला सावनगढची चिंता नसते.
धनराज	:	आपल्यासारखा अन्नदाता लाभणं हे आमचं भाग्य! हे मीच म्हणतो, असं नाही... सावनगढमध्ये आपलं नाव काढलं, तरी प्रत्येकाची आदरानं मान झुकते...
जयपाल	:	(समाधानानं धनराजकडे पाहतात) धनराजजी, मुंबईच्या दोन महिन्यांच्या वास्तव्यानंतर काल रात्री आम्ही इथं आलो आणि आज उठल्या- उठल्या तुमच्याकडून ताळेबंद ऐकत बसावं लागतं आहे. याचं कारण तुम्हाला माहीत आहे?
धनराज	:	जी! नाही, हुजूर...
जयपाल	:	(हसतात) कारण एकच! आम्ही तो ऐकला नाही, तर तुम्ही नाराज होता. खरं ना? (धनराज मान झुकवतो)
धनराज	:	ही आपली कृपा!
जयपाल	:	युवराज काशीला शिकारीला गेले होते. परत आले?
धनराज	:	जी!
जयपाल	:	युवराज शिकारीचे, गाण्याचे शौकीन. त्यांचा प्रवास चांगला झाला ना?
धनराज	:	जी!
जयपाल	:	त्यांच्याबरोबर कोण गेलं होतं?
धनराज	:	रामसिंग, राजगवई हरीप्रसादजी आणि युवराजांचे पाहुणे बिढोरचे युवराज. मी आता हुजुरांचं लक्ष तिकडंच वळवणार होतो.
जयपाल	:	काशीचा खर्च खूप झाला असणार. त्यांना शौक आहेत. तशीच दानतही आहे. बोला...
धनराज	:	युवराजांचा खर्च एकूण पाऊण लाखावर आहे...
जयपाल	:	अपेक्षेपेक्षा खूप कमी केला...
धनराज	:	प्रवासखर्च दहा.... सराई सरबतराई पंधरा... शिकारीला सहा आणि...
जयपाल	:	आणि काय?
धनराज	:	गाण-बजावणं पस्तीस... (हुक्क्याची नळी बाजूला ठेवतात. प्रसन्नता लुप्त पावते.)

जयपाल : गाण्यावर एवढा खर्च?

धनराज : जी!

जयपाल : संगती हरीप्रसादांसारखे राजगवई असता गाण्यावर एवढे खर्च?

धनराज : जी! झालाय् खरा!

जयपाल : असे कोण बुजुर्ग आले होते, की ज्यांच्यासाठी एवढा खर्च व्हावा... कोण आले होते गवई?

धनराज : गुस्ताखी माफ हो, हुजूर! गवई नव्हते. फक्त एकच गवई... गायिका येत होती, अशी माहिती आहे.

जयपाल : एका कलावंतिणीवर एवढी उधळण?

धनराज : काशीच्या सावनगढ कोठीवर दररोज तिची मैफल होत होती...

जयपाल : सावनगढमध्ये राहून काशीमधील युवराजांच्या वास्तव्याची एवढी माहिती? ती एवढं चांगलं गाते?

धनराज : हुजूर! मी त्यातला जाणकार नाही. आपला दिवाण या नात्यानं आपल्या कानांवर सर्व गोष्टी घालणं हे मी माझं कर्तव्य समजतो. ती गायिका युवराजांच्या बरोबर सावनगढमध्ये आली आहे.

जयपाल : सावनगढमध्ये? इथं? काय सांगता?

धनराज : क्षमा असावी, महाराज! आपल्या दर्शनासाठी एक गृहस्थ आले आहेत.

जयपाल : आता आम्ही कुणाला भेटणार नाही. प्रथम आम्हाला युवराजांना भेटायला हवं...

धनराज : हुजूर! त्याच संदर्भात हे गृहस्थ आले आहेत... काशीहून...

जयपाल : काशीहून?

धनराज : जी! आपलं दर्शन घडेल, असं आश्वासन देऊन मी त्यांना इथं घेऊन आलो आहे.

जयपाल : कुठं आहेत ते?

धनराज : सदरेवर.

जयपाल : ठीक आहे. आम्ही सदरेवर येऊ.

धनराज : एक विनंती आहे... त्यांना इथंच भेटावं. या गोष्टीची चर्चा सदरेवर होऊ नये...

जयपाल : (सचिंत होतात) ठीक आहे. बोलवा त्यांना...

(धनराज टाळी वाजवतो. सेवक येतो.)

धनराज : सदरेवर कालीचरण म्हणून एक गृहस्थ आहेत. त्यांना इथं घेऊन ये.

(सेवक जातो.)

जयपाल : धनराज, युवराजांच्याबरोबर आलेली गायिका कुठं राहते?

धनराज : आपल्या पॅलेसच्या आवारातच! मोतीबागेत.

जयपाल : मोतीबाग! मोतीबाग म्हणजे आमच्या खास मेहमानांचं निवासस्थान. तिथं कलावंतीण राहते? कुणाच्या हुकुमानं?

धनराज : आपण इथं नव्हता. युवराजांनी आज्ञा केली. त्यामुळं...

जयपाल : तुम्ही ती पाळलीत, असंच ना? दिवाणजी, तुमच्या अधिकारात तुम्ही प्रजेवर घोडी घातलीत, पण युवराजांना रोखलं नाही. युवराज उद्याचे राजे आहेत. त्यांना आवरणं हेही तुमचं कर्तव्य होतं. एकंदर हा मामला सीधा दिसत नाही.

(जयपालसिंह उठून येरझाऱ्या घालत असता कालीचरण प्रवेश करतो. कालीचरण धिप्पाड प्रकृतीचा, उग्र चेहऱ्याचा, सावळ्या रंगाचा असामी आहे. जयपालसिंहाची नजर वळताच तो अदबीने मुजरा करतो...)

धनराज : हुजूर! हेच ते कालीचरण!

जयपाल : आपली तारीफ?

कालीचरण : अन्नदाता, मी एक मामुली सारंगिया... गाणं- बजावणं यांवर पोट भरतो.

जयपाल : आम्हाला भेटायचं कारण?

कालीचरण : हुजूर, इजाजत झाली, तर एक अर्ज पेश करीन.

जयपाल : जरूर!

कालीचरण : अन्नदाता, एक शिकायत घेऊन आलोय् मी...

जयपाल : शिकायत? कुणाविरुद्ध?

कालीचरण : आपले युवराज... सुरजितसिंग...

जयपाल : कालीचरणऽऽ

(कालीचरण पुढे धावतो. जयपालांचे पाय धरतो.)

कालीचरण : महाराज, आपली कीर्ती दुनियेत पसरली आहे. ती ऐकूनच मी हे धाडस केलं. हुजूर! मी एक साधा गरीब माणूस. मी साफ बुडालो. युवराजांच्यामुळं मी अन्नाला महाग झालो. जिथं राजानंच लुबाडलं, तिथं गरिबानं काय करावं?

जयपाल : ऊठ, कालीचरण. काय घडलं, ते सांग. आमचं अभय आहे...

कालीचरण : (उठतो) काय सांगू, हुजूर! (डोळे टिपतो) लखनौचे बडे सारंगिये अमीन अलींच्याकडं मी सारंगी शिकलो. देवानं चंदासारखी गुणी मुलगी दिली. त्या पोरीला मी वाढवलं. गाणं शिकवलं. त्या पोरीच्या गाण्यावर मी घरदार सांभाळत होतो. हुजूर, माझ्या चंदाच्या आवाजाला तोड नाही. सारंगीवरून गज फिरावा, तसा...

जयपाल : (कठोरपणे) कालीचरणऽऽ... जे सांगायचं, ते चटकन सांग...

कालीचरण : कसूर माफ हो, हुजूर! युवराज काशीला आले. त्यांनी चंदाचं गाणं ठरवलं. सावनगढ कोठीवर तिचं गाणं झालं. खोटं कशाला बोलू? मागेल ती बिदागी ते देत होते. दररोज गाणं होत होतं... आणि एके दिवशी युवराजांनी चंदालाच मागितलं. मी सांगितलं... इथं फक्त गाणं विकलं जातं. पोटची पोर विकणाराची माझी जात नाही.

जयपाल : शाब्बास! मग?

(कालीचरण दिवाणाकडे पाहतो.)

धनराज : कालीचरण, हुजुरांनी आज्ञा केली आहे. जे असेल, ते स्पष्टपणे त्यांच्या कानांवर घाल.

कालीचरण : हुजूर! युवराजांनी माझं ऐकलं नाही. एके दिवशी मी घरी आलो, तर चंदा घरी नव्हती. मी खूप शोधलं; पण ती सापडली नाही. मी तिचा तलाश घेण्यासाठी सावनगढ कोठीवर गेलो. तो युवराजांनी मुक्काम हलवला होता. बारीक चौकशी करता युवराजांच्या काफिल्याबरोबर चंदा सावनगढला गेल्याचं कळलं. पोरीला शोधत इथं आलो. ती बातमी खरी ठरली. माझी लायकी नसता आपल्यासमोर आलो. तो गुन्हा असलाच, तर पोरीसाठी केला, हुजूर! हुजूर. मला माझी मुलगी हवी... माझी चंदा मला हवी.

(कालीचरण परत जयपालसिंहांचे पाय धरतो.)

जयपाल : ऊठ, कालीचरण! आम्ही जरूर याची चौकशी करू. धनराजजी, आम्ही हे काय ऐकतो? युवराजांच्या गाण्याचा शौक आम्ही जाणतो, पण त्यांची मजल इथवर जावी? आम्हाला हे खरंसुद्धा वाटत नाही.

कालीचरण : अन्नदाता! मी सांगितलं, त्यात काहीसुद्धा खोटं नाही. या घटकेला माझी पोर चंदा आपल्या मोतीबागेत आहे. युवराजांचा मुक्कामही तिथंच असतो.

जयपाल : खामोश! धनराज, हे खरं?

धनराज : पण, सरकार...

जयपाल : धनराज, मला उत्तर हवं... हा म्हणतो, ते खरं?

धनराज : जी, हुजूर!

(त्याच वेळी सेवक आत येतो)

सेवक : हुजूर! हरीप्रसादजी आले आहेत.

जयपाल : योग्य वेळी आले. त्यांना पाठवून दे, आणि रामसिंगला आमच्यासमोर हजर करा.

(सेवक जातो.)

जयपाल : धनराज, हा कालीचरण जे सांगतो, त्याची सत्यता आत्ताच कळेल. ते खरं ठरलं, तर युवराजांनी हद्दच केली, म्हणावं लागेल.

कालीचरण : महाराज, एक अक्षर जरी खोटं ठरलं, तर जीभ उतरून पायांशी ठेवीन. युवराज चंदाच्या नादानं मोतीबागेत पडून आहेत.

जयपाल : कालीचरण, जुबाँ सांभाळून वापर. आज मोतीबागेत पडून आहे, ती चंदा. युवराज कधी पडून राहत नसतात.

कालीचरण : शाही रिवाज गरिबाच्या ध्यानी कसा यावा? हुजूर, क्षमा असावी...

(त्याच वेळी हरीप्रसाद प्रवेश करतात. मुजरा करतात.)

जयपाल : या, हरीप्रसादजी!

हरीप्रसाद : सरकारस्वारी मुंबईहून आल्याचं कळलं. मुजऱ्यासाठी आलो, हुजूर!

जयपाल : बरं केलंत. पण ही निष्ठा आमच्या माघारी पाळली असती, तर फार बरं झालं असतं.

हरीप्रसाद : (चपापतो) सरकारऽऽ

जयपाल : आपण युवराजांच्याबरोबर काशीला गेला होता ना?

हरीप्रसाद : जी!

जयपाल : (कालीचरणकडे बोट दाखवून) आपण यांना ओळखता?

हरीप्रसाद : जी! हा काशीचा कालीचरण.

जयपाल : निदान ओळख तरी ठेवलीत. हरीप्रसादजी, आपण दरबारचे राजगवई. यापुढं त्या मानाच्या जागेबद्दल आम्हाला विचार करण्याची पाळी आली आहे.

हरीप्रसाद : (आश्चर्याने) जीऽऽ

जयपाल : युवराजांच्या संगती आपल्यासारखे श्रेष्ठ गायक असता त्यांनी एका कोठीवाल्या बाईच्या गाण्यावर संगीताची हौस भागवावी?

आणि तीही एका बाजारी तवायफवर?

हरीप्रसाद	:	गैरसमज होतोय्, हुजूर!
जयपाल	:	गैरसमज! आणि आमचा? तुम्हाला शिकार पाहण्याची हौस होती, म्हणून तुम्हाला युवराजांच्या संगती पाठवलं नव्हतं. तुमच्यासारखा जाणता, वयस्क बरोबर असला, तर युवराजांच्या तारुण्यसुलभ शौकांना आवर बसेल, असं आम्हाला वाटलं होतं. तो आमचा विश्वास होता.
हरीप्रसाद	:	हुजूर! आपल्या विश्वासाला तडा जाण्यासारखं काहीही युवराजांच्या हातून घडलेलं नाही.
जयपाल	:	आणखीन काय घडायचं राहिलंय्? युवराज बनारसला जातात. ज्या सावनगढ कोठीवर आजवर ज्या मशहूर गवयांच्या मैफली झाल्या, तिथं तुम्ही दरबारचे राजगवई हजर असता एका सामान्य तवायफचं गाणं होतं. एवढंच नव्हे, तर आपली इज्जत, शान विसरून युवराज त्या पोरीला पळवून आणतात... यापेक्षाही आणखीन काय घडायचं राहिलंय्?
हरीप्रसाद	:	हे खोटं आहे, सरकार!
जयपाल	:	हे खोटं? मग हा कालीचरण... त्या पोरीचा बाप... कशासाठी धावत आमच्यासमोर आला असता? ती मुलगी युवराजांनी आणली, हे अमान्य करता?
हरीप्रसाद	:	क्षमा असावी, महाराज. ते खोटं नाही. पण त्या मुलीला युवराजांनी पळवून आणली, हे खरं नाही. ती स्वखुशीनं येतो म्हणाली, म्हणून युवराजांनी आणली.
जयपाल	:	येतो म्हणाली, आणि युवराजांनी आणली! व्वा! हरीप्रसादजी, रीतिरिवाजाचा विसर पडावा, एवढी मोठी आहे ती?
हरीप्रसाद	:	जी!
जयपाल	:	(चकित होतात) जी! हरीप्रसादजी, काय बोलता, याचं भान आहे? आमच्यासमोर त्या बाजारी कलावंतिणीची तरफदारी करता?
हरीप्रसाद	:	सरकार, तथ्य नसतं, तर या हरीप्रसादनं तरफदारी केली नसती. खरंच ती गुणी कलावंत आहे. हुजूर, एक गवई दुसऱ्या गवयाची स्तुती करायला धजत नाही. हुजूर, ती कोठीवाली असली, बाजारी गझल, ठुमरी यांमध्येच वावरत असली, तरी त्या पोरीचा गळा अलौकिक आहे. चांगले संस्कार घडले, तर ती फार मोठी गायिका होईल.
जयपाल	:	व्वा! सुरेख!! आपण गवई आहात. संगीताची जाणकारी आपली

आहे. आपला अंदाज खरा असेलही; पण युवराजांना संगीताची एवढी जाण केव्हापासून आली?

हरीप्रसाद : हुजूर, मी समजलो नाही.

जयपाल : हरीप्रसादजी, त्या पोरीचं रूप...

हरीप्रसाद : (काही बोलत नाही)

जयपाल : हरीप्रसाद, युवराजांनी त्या पोरीला गाण्यासाठी आणलं, की तिच्या रूपासाठी?

हरीप्रसाद : क्षमा असावी, महाराज. ते मला माहीत नाही. युवराज त्या मुलीला संगती आणणार, याची मला कल्पना नव्हती. जेव्हा मुक्काम हलला, तेव्हा ती संगती असल्याचं समजलं.

जयपाल : त्यानंतर तिची भेट घडली नाही?

हरीप्रसाद : ते मी नाकारत नाही. युवराजांनी अनेक वेळा मोतीबागेत मला गाणं ऐकण्यासाठी बोलावलं. मला जावं लागलं.

जयपाल : त्यात तुम्हाला आनंद नव्हता, असं आम्ही समजायचं?

हरीप्रसाद : हुजूर, आनंद जरूर होता. आहे. तिचं गाणं ऐकण्यात कुणालाही समाधानच वाटेल.

जयपाल : ही तरफदारी? हरीप्रसादजी, परशौक नेहमीच मन रिझवतात. पण ते स्वतःवर बेतले, की जबाबदारी पेलणं कठीण जातं. एक विचारलं, तर खरं उत्तर द्याल?

हरीप्रसाद : आजवर आपल्यासमोर खोटं बोललो नाही, सरकार!

जयपाल : उद्या जर ती गाणं शिकायला तयार झाली, तर तुम्ही तिला गंडाबंद शागिर्द बनवाल?

हरीप्रसाद : का नाही? हुजूर, त्यासारखं समाधान नाही.

जयपाल : हरीप्रसाद, युवराजांना सावरण्यासाठी बोलू नका. ती बाजारी तवायफ आहे. तुम्ही एका घराण्याची गायकी तिला शिकवाल आणि पश्चात्ताप पावाल.

हरीप्रसाद : गुस्ताखी माफ हो, हुजूर! गाणं गळ्यातून उपजतं. घराण्यातून नाही. नाहीतर प्रत्येक गवयाच्या पोटी गायक जन्माला असता. गाता गळा ही परमेश्वराची देणगी. जी ईश्वराची देण आहे, तिला कमअस्सल म्हणायचा अधिकार कुणाचा? सरकार, ते धाडस माझं तरी नाही...

(त्याच वेळी रामसिंग आत येतो. मुजरा करून, हात बांधून उभा राहतो.)

जयपाल	:	रामसिंग, आम्ही काय ऐकतो? युवराजांचा तू रक्षक. युवराजांनी एक मुलगी पळवून आणली. हे खरं आहे?
रामसिंग	:	सरकार, मुलगी संगती आणली, हे खरं! पण पळवून आणली नाही...
जयपाल	:	मग काय, स्वतःच्या पावलांनी आली?
रामसिंग	:	अलबत! तिनं सरकारांच्याकडं हट्ट धरला.
कालीचरण	:	हट्ट धरला! म्हणून मला न विचारता माझी पोर पळवून न्यायची! खासा न्याय!
जयपाल	:	कालीचरण, आम्ही न्यायासाठीच बसलो आहोत. तू मध्ये बोलायचं धाडस करू नको. रामसिंग, त्या पोरीनं हट्ट धरला, म्हणून युवराज तिला घेऊन आले. याला न विचारता...
रामसिंग	:	हुजूर! युवराजांनी यांना विचारलं होतं. एवढंच नाही, तर त्या मुलीची किंमत म्हणून युवराजांनी याला पंधरा हजार देऊ केले होते, पण यांनी ते मानलं नाही...
जयपाल	:	आमचे युवराज... सावनगढचे भावी राजे एका तवायफला खरेदी करू पाहतात आणि कालीचरण, तुला ते पंधरा हजार कमी वाटले?
कालीचरण	:	अन्नदाता, मी मुलीचा बाप आहे. पंधरा हजाराला पोटची पोर विकू? ती नुसती मुलगीच नाही. तिच्या आवाजावर माझं घर पोसलं जातं. पंधरा हजार घेऊन मी काय करू? ते काय माझ्या आयुष्याला पुरणार होते? ते केव्हाच खाक झाले असते आणि आज फिरतो, तसा बेकार दारोदार फिरलो असतो. मला पैसे नकोत. मला माझी इज्जत, माझी पोर... चंदा हवी. बस्स, आणखी काही नको.
जयपाल	:	कालीचरण, आम्ही तुझ्यावर अन्याय होऊ देणार नाही. आम्ही रुजवात करू. हे खरं ठरलं, तर आम्ही युवराजांचाही मुलाहिजा ठेवणार नाही. तुझी चंदा तुला मिळेल.
कालीचरण	:	रुजवात करायला मी तयार आहे, अन्नदाता! आता या वख्ताला युवराज मोतीबागेत चंदाचं गाणं ऐकत आहेत. हाताच्या काकणाला आरसा कशाला लागतो?
जयपाल	:	कालीचरण, एवढी धिटाई ठीक नाही. आजवर आम्ही कधी दुसऱ्याच्या हातचं कंकण निरखलं नाही. पाहिल्यात फक्त आमच्या हुकुमानं दुसऱ्या हाती चढणाऱ्या बेड्या. रामसिंग, आमची गाडी

तयार ठेवा. आम्ही आता मोतीबागेत जाणार आहोत.

(रामसिंग 'जी' म्हणून वळतो.)

रामसिंग, आम्ही मोतीबागेत येत आहो, याची वर्दी पुढं जाता कामा नये. समजलं?

(रामसिंग मुजरा करून जातो.)

चला, पंडितजी.

(जयपाल धनराजला बाजूला नेतात. काहीतरी सांगतात.)

धनराजजी, तुम्ही आमच्या मागून या.

(जयपाल जातात. पाठोपाठ धनराज, हरीप्रसाद जात असता प्रकाश मंदावतो.)

(प्रवेश पहिला समाप्त)

प्रवेश दुसरा

*(**स्थळ** : मोतीबाग.*

प्रकाश येतो, तेव्हा रंगमंचावर मोतीबागेतला महाल नजरेत येतो.
सुरजित एका सुशोभित बैठकीवर बसला आहे.
त्याच्यासमोर चंदा मीराभजन गाते आहे.
गाणं रंगत असता रामसिंग प्रवेश करतो.
गाणं मध्येच थांबतं.
सुरजित त्रासिकपणे उठतो.)

सुरजित : रामसिंग, कुणाच्या परवानगीनं एकदम आत येण्याच धारिष्ट केलं?
रामसिंग : माफी असावी, हुजूर! महाराज सरकार येण्याची इजाजत मागतात.
सुरजित : आम्ही इथं आहोत, म्हणून कुणी सांगितलं? कुठं आहेत पिताजी?
रामसिंग : खाली थांबलेत. आपली इजाजत...
सुरजित : इजाजत... हा काय प्रश्न झाला? पिताजींना कसली परवानगी?

(त्याच वेळी दारात जयपालसिंह आत येतात. सुरजित पुढे होऊन त्यांच्या पायाला स्पर्श करतो.)

जयपाल	:	परवानगी विचारावीच लागली. आम्हीही गाण्याचे शौक केले, पण त्यासाठी आम्ही कधी कलावंतिणीच्या कोठीवर गेलो नाही. गाणं आमच्या इच्छेनं, आमच्या महाली होत असे, पण आज युवराजांना शोधण्यासाठी कोठीवर यावं लागलं.
सुरजित	:	पिताजी, हा आपला मोतीबाग आहे. कोठी नाही.
जयपाल	:	ती तुम्ही बनवलीत. आजवर शाही मेहमानांना उतरण्याची जागा म्हणून मोतीबाग ओळखला जात होता. त्या जागेत ज्या क्षणी हिला राहण्यासाठी आणलंत, तेव्हाच मोतीबागेची कोठी बनली.

(हरीप्रसादांच्या पाठोपाठ कालीचरण येतो. कालीचरणला पाहताच सुरजित, चंदा चपापतात. कालीचरणच्या चेहऱ्यावर उर्मट हास्य आहे. हरीप्रसाद सुरजितला मुजरा करतात. पण कालीचरण दोघांच्याकडे पाहत असतो.

चंदा भीतीने मागे सरकते. कालीचरण तिच्यावर नजर खिळवून तिच्याकडे सरकू लागतो. जयपाल ते पाहतात.)

जयपाल	:	हां, कालीचरण. तू फैसला मागण्यासाठी आला आहेस. जोवर तो होत नाही, तोवर तिच्याकडं पाहण्याचंही धाडस करू नको.

(जयपाल बैठकीवर बसतात. शेजारी सुरजित अदबीनं उभा राहतो. थोड्या अंतरावर हरीप्रसाद, कालीचरण, रामसिंग उभे राहतात. चंदा धीर करून पुढे होते. जयपालना कुर्निसात करते.)

जयपाल	:	तुझं नाव?
चंदा	:	सरकार, नाचीजला चंदा म्हणतात.
जयपाल	:	(हसतात) मग आम्ही येताच गाणं का थांबलं? ज्या गाण्याची संगीत-जाणकारांनी एवढी तारीफ केली, ज्या गाण्यानं एवढा कहर केला, ते गाणं आम्हालाही ऐकायचं आहे. ते ऐकण्यासाठी आम्ही उत्सुक आहो. चंदा, गा...
चंदा	:	(भीतीने) सरकार...
जयपाल	:	ती आमची आज्ञा आहे. चंदा, आम्ही आज्ञा करीत आहो.

(चंदा सुरजितकडे पाहते. तो मानेनं होकार देतो. चंदा बैठकीवर बसते. पूर्वीचे गाणे गाऊ लागते. जयपाल त्यात रंगू लागतात. ते रंगलेले पाहून कालीचरण सोडून सारे रंगू लागतात. गाणं संपतं.)

जयपाल	:	व्वाऽऽ सुरेख! हरीप्रसादजी, तुम्ही सांगितलं, त्यात खोटं नाही.

गुणी पोर आहे. संस्कार घडले, तर ही जरूर नाव कमावील.

हरीप्रसाद : पण संस्कार घडले, तर ना! गाणं शिकायचं झालं, तर अखंड रियाज आणि अजोड निष्ठा बाळगावी लागते.

जयपाल : चंदा, तू गाणं शिकशील?

चंदा : शिकवणारा भेटला, तर जरूर शिकेन. महाराज, तसा दाता भेटायला हवा.

हरीप्रसाद : चंदा, सात जन्म पुरेल, इतकं मी देऊ शकेन. मामुली ठुमरी, गझलचा खेळ खेळून अस्सल संगीताची जाण उपजत नाही.

चंदा : क्षमा करावी, पंडितजी! मी मी म्हणणाऱ्या गवयांना देखील ठुमरी, गझलचा तोल सांभाळता येत नाही. हे पाहिलंय् मी.

हरीप्रसाद : फार थोडं पाहिलंस, बेटी! सागराच्या लाटा पाहून तळ्यानं हसावं? किनाऱ्यावर सागरलाटा दिसल्या, तरी आत खूप दूरवर तो सागर शांतच असतो. पण ते रूप पाहायला फार दूरदृष्टी लागते.

चंदा : ती नाही, म्हणूनच अशी शंका घ्यावी लागते.

हरीप्रसाद : (संतापतो) छछुंदरके सिरमें चमेली का तेल... ही हिम्मत! सरकार... इजाजत...

(जयपाल अनुज्ञा देतात. हरीप्रसाद प्रसन्न ठुमरी ताकदीने गातात. त्या ठुमरीने सारे अवाक बनतात. दाद देण्याचेही भान राहत नाही. ठुमरी संपते.)

हरीप्रसाद : बेटी, आहे हिम्मत ठुमरी पेश करायची?

(चंदा धावते. हरीप्रसादांचे पाय धरते.)

चंदा : पंडितजी, क्षमा करा! लहान तोंडी मोठा घास घेतला.

हरीप्रसाद : ऊठ, बेटी! माझा राग नाही. गुरू नेहमी पारखूनच घ्यावा.

चंदा : गुरू?

हरीप्रसाद : मानलंस, तर.

कालीचरण : ती पुष्कळ मानेल. कोठीच्या गाण्याला तुमच्या शिकवणीची गरज लागत नाही.

जयपाल : कालीचरण! जुबानको मुँहमें रखना!

कालीचरण : पण, सरकार...

जयपाल : खामोश! अद्यापि आमचा फैसला व्हायचा आहे. चंदा, तुला हा न्यायला आला आहे. तू मनात आणलंस, तर जरूर मी तुला पाठवीन. तुला कुणीही अडवणार नाही. हे मी पाहीन.

तुझी वाट वेगळी । १३

चंदा	:	नाही, हुजूर! मी जाणार नाही! मला पाठवू नका. छोट्या सरकारांनी अभय दिलंय् मला.
जयपाल	:	ठीक आहे! चंदा, तू हरीप्रसादांच्याकडं गाणं शिकशील?
चंदा	:	ते मी माझं भाग्य समजेन.
जयपाल	:	कालीचरण! हिची तुझ्याबरोबर येण्याची इच्छा दिसत नाही. युवराजांनी तिला अभय दिलं आहे. ते मोडणं हा आमचा धर्म नाही. ही मुलगी गुणी आहे. तिचे गुण वारेमोल व्हावेत, असं आम्हाला वाटत नाही. या मुलीच्या गाण्यासाठी तुझं कुटुंबही पोसायला आमची तयारी आहे. तू जरूर इथं राहा.
कालीचरण	:	नाही, अन्नदाता! मला काशी सोडून राहता येणार नाही.
जयपाल	:	ठीक आहे! युवराजांनी तुला पंधरा हजार देऊ केले होते ना? आम्ही तू मागशील, ती किंमत देऊ. बोल, पन्नास हजार पुरेत?
कालीचरण	:	सरकार, मी गरीब, म्हणून आपण मुलीची किंमत करायला सांगत आहात, मी तेच आपल्याला विचारलं, तर?
जयपाल	:	काय?
कालीचरण	:	माझ्या मुलीचा नाद सोडण्यासाठी युवराय काय घेतील? त्यांची किंमत किती?
जयपाल	:	(थरथरत उभा राहतो.) कालीचरण...
सुरजित	:	बेशरम! ही हिम्मत!! तशी गरज पडलीच, तर मीसुद्धा बेचला जाईन, पण मुलाला विकण्याचा अधिकार फक्त पित्यालाच असतो. पिताजी, हा कालीचरण चंदाचा बाप नाही.
जयपाल	:	(आश्चर्याने) हा चंदाचा बाप नाही?
सुरजित	:	नाही, पिताजी! चंदा एक बेवारस मुलगी. यानं तिला पाळलं. स्वार्थासाठी नाच-गाणं शिकवलं. अशी एकच मुलगी नव्हे. अशा अनेक मुली यानं आपल्या सुखासाठी धंद्याला लावल्या आहेत.
जयपाल	:	कालीचरण, हे खरं?
कालीचरण	:	(पवित्रा बदलतो.) खरं आहे, हुजूर! पण त्यात काय बिघडलं? मी या पोरीला उचलली नसती, तर ती कोण होणार होती? रस्त्यावर भीक मागतच फिरली असती ना? मी हिला जवळ केली नसती, तर येव्हाना लूत भरलेल्या कुत्रीसारखी रस्त्याच्या कडेला पडलेली दिसली असती. हुजूर, आज आपण तिला गाणं शिकवायला निघालात, तेच मी अनेक वर्षांपूर्वी केलं. यात माझा काय गुन्हा?

जयपाल : पापाचं समर्थनसुद्धा केवढ्या धिटाईनं करतोस, कालीचरण! तुझ्यात आणि माझ्यात खूप फरक आहे. स्वार्थापोटी तू हिला गाणं शिकवलंस. पोट जाळण्यासाठी हिला अदा करायला शिकवलंस. त्या स्वार्थापोटी तू हिचा आवाज, रूप, तारुण्य भर बाजारात पणाला लावलंस.

कालीचरण : ते केलं नसतं, तर आज आपल्या युवराजांनी तिला कसं पळवलं असतं?

जयपाल : कालीचरण, ही बाजारी कोठी नाही. इथले रीतिरिवाज निराळे असतात. हिला गाणं शिकवण्यात माझा काही स्वार्थ नाही. गुणांचं चीज व्हावं, एवढंच मला वाटतं. तुझ्यात आणि माझ्यात हाच फरक आहे.

कालीचरण : हुजूर, हा सरळ अन्याय आहे.

जयपाल : (कठोरतेने) माझा न्याय भारी कठोर असतो, कालीचरण. तू तो मागू नको. युवराजांनी, मी अजाणतेपणी तुला किंमत देऊ केली होती. पण ती तुला घेता आली नाही. स्वतःच्या स्वार्थापायी अशा मुली बाजारात उभ्या करणाऱ्याबद्दल माझ्या मनात अनुकंपा नसते. तिथं फक्त तिरस्कार असतो. कालीचरण, या क्षणी तू सावनगढची हद्द सोडून जा. आम्ही तुला हद्दपार करीत आहो. परत आमच्या राज्यात दिसलास, तर अंधारकोठडीत खितपत मरावं लागेल. रामसिंग, याला घेऊन जा. सावनगढच्या हद्दीबाहेर जातो, हे जातीनिशी खात्री करूनच माघारी ये. कालीचरण, चालता हो माझ्या समोरून...!

(कालीचरण पाठोपाठ रामसिंग निघून जातो.
चंदा पुढे होऊन जयपालांचे पाय धरते.)

जयपाल : ऊठ, मुली! तुला आता कसलीही भीती नाही. त्या गुंडाची कसली भीती बाळगतेस? पाहिलंस ना? राज्यसत्ता त्याला कशी देशोधडी लावते, ती!

चंदा : मी त्याला घाबरले नाही, हुजूर! त्यानं मला हवं तसं वागवलं असेल, पण रस्त्यावरून त्यानंच मला उचलली, वाढवली. ते केलं नसतं, तर आज हा राजाश्रय कुठून लाभला असता? मनातून मी केवढा जरी त्याचा द्वेष केला, तरी ही जाण, तो समोर आला, की मला नमवते.

जयपाल	:	खरं आहे, चंदा! उपकारकर्त्यांचं ऋण सारेच मानतात. पण अपकारकर्त्यांचं ऋण मानायला त्याहीपेक्षा मोठं मन लागतं.
हरीप्रसाद	:	महाराज, आपण होतात, म्हणून बिचारी वाचली.
जयपाल	:	पंडितजी, तो आमचा धर्मच आहे. हिच्या गाण्याबद्दलचं आपलं मत कायम आहे ना?
हरीप्रसाद	:	महाराज, गळा सुरेल आहे... गाण्याची जाण आहे. भांडं अस्सल आहे. घडवावं, तसं घडेल. चांगल्या हाती शिकली, तर गुरूचं आणि आपलं नाव लौकिक करेल.
जयपाल	:	मुली, भारताच्या श्रेष्ठ गवय्याकडं गाणं शिकायला मिळणं हे भाग्य तुझंच आहे. त्यांच्याकडं गाणं शिकशील?
चंदा	:	आज्ञा, महाराज!
जयपाल	:	ही आज्ञा नाही. गाणं सक्तीनं शिकता येत नाही.
चंदा	:	हुजूर, आपण विश्वास ठेवावा. तन, मन, धन अर्पून मी संगीताची सेवा करीन.

(धनराज येतात.)

जयपाल	:	धनराज, आणलंत?
धनराज	:	जी, महाराज...
जयपाल	:	घेऊन या. पंडितजी, आजपासून आपण हिला गाणं शिकवा.
हरीप्रसाद	:	महाराज! त्यापरता आनंद नाही. हा मी आपल्या कृपेचा आशीर्वाद मानतो. आयुष्यभर दारोदार फिरून मिळविलेलं गाणं आयुष्याच्या अखेरी कुणाच्या तरी हाती सुखरूप राहिलेलं पाहावं, असं प्रत्येक गवय्याला वाटतं, पण तो गाणं घेणारा उत्तम गळा मिळत नाही. या मुलीच्या रूपानं जीवन कृतार्थ होईल.
जयपाल	:	चंदा! आज तू आमच्यासमोर प्रथम गायलीस. आम्ही तुला अशी बिदागी देणार आहो की, जी आयुष्यभर विसरता येणार नाही. त्या बिदागीचं मोल होणार नाही.

(धनराज प्रवेश करतात. त्यांच्यामागून दोन सेवक असतात. एकाच्या हाती तानपुरा असतो. दुसऱ्याच्या हाती तबक असतं. सेवक ते ठेवून जातात.)

जयपाल	:	चंदा, गुरूला वंदन करून शिष्यत्व पत्कर. गंडाबंधनाचं सारं साहित्य तिथं आहे.

(चंदा हरीप्रसादांच्या जवळ जाते. हरीप्रसाद तबकातला गंडा चंदाच्या
हातात बांधतात. तबकातले चणे चंदाच्या मुखी घालतात. तानपुरा
हाती देतात.)

हरीप्रसाद : बेटी! आजपासून तू माझी गंडेबंद शागिर्द. गंडा बांधत असता गुरू
शिष्याच्या तोंडी मिठाई घालत नसतो. चणे घालतो. का? ते
माहीत आहे? गाणं ही खडतर तपस्या आहे. गाणं मिळवण्यासाठी
चणे खाऊन जगण्याचीही तयारी हवी. तुला कोठींच्या गाण्यात
ऐश्वर्य मिळणार होतं. या गाण्यानं कदाचित दारिद्र्यही भोगावं
लागेल. पण तुझ्या गळ्यातल्या श्रीमंतीला जगात तोड नसेल.
बेटी, तानपुरा छेडता येतो ना?

(चंदा मान डोलावते.)

उचल तानपुरा.

(तानपुरा छेडला जातो. यमनची आलापी पंडितजी सांगतात.
चंदाचे सूर मिसळतात. थोडा वेळ रियाझ करून गाणे संपते.)

जयपाल : पंडितजी! गंगा-जमुनाचा संगम मी अनेक वेळा भान हरपून
पाहिला आहे. पण त्याला उपमा सुचत नव्हती. आज तुम्ही
दोघांची सुरावट ऐकत असता त्याच संगमाचा भास झाला.
गंगेच्या नितळ स्वच्छ ओघाला यमुनेचं घनरूप येऊन मिळतं,
तेव्हा हाच साक्षात्कार होतो. तिची आराधना कर. चंदा, आज
तुला गुरू मिळाला. संगीत ही एक तपस्या आहे. तिची आराधना
कर. त्यात तुझं कल्याण आहे. एकलिंगजी तुला उदंड यश
देईल. धनराजजी, चंदा मोतीबागेतच राहील. पंडितजीना विचारून
हिच्या गाण्यासाठी लागेल ते साहित्य, साथीदार यांची नेमणूक
करा. इथल्या शिधा-पाण्याची चोख व्यवस्था ठेवा. जो खर्च
होईल, तो माझ्या खाजगीतून करा. समजलं?

धनराज : जी!

जयपाल : आम्ही येतो. युवराज, आम्हाला तुमच्याशी काही महत्त्वाचं बोलायचं
आहे. तुम्ही लवकर पॅलेसवर या.

(जयपाल जातात. पाठोपाठ धनराज, रामसिंग, हरीप्रसाद जातात.
सुरजित आणि चंदा उरतात.)

चंदा : केवढी घाबरले होते मी!

सुरजित : पिताजी आले, म्हणून? (चंदाजवळ जातो.) चंदा पिताजींच्यासारखा कलेचा कदरदान रईस शोधून सापडणार नाही. एकदा पिताजी लखनौला गेले होते. तिथं त्यांनी एक म्हातारा, आंधळा सारंगिया भीक मागताना पाहिला. पिताजींनी त्याला आपल्या बग्गीत घेतला... त्याला इथं घेऊन आले... त्याच्या अखेरपर्यंत त्याची देखभाल केली.

चंदा : पण मला वाटलं होतं की, ते आपल्यावर रागावतील.

सुरजित : का? तुला आणली, म्हणून? ते राजे असतील, पण त्यांचं मन कलावंताचं आहे. माझ्यावर त्यांचं खूप प्रेम आहे. नाहीतर त्यांनी तुझी व्यवस्था मोतीबागेत केली नसती. ते करून पिताजींनी आपल्या प्रेमाला कौल दिला आहे.

चंदा : विचारलं, तर खरं उत्तर द्याल?

सुरजित : जरूर विचार...

चंदा : आपल्याला मी आवडते, की माझं गाणं?

सुरजित : उत्तर कठीण आहे. गाणं हा तुझा श्वास आहे आणि श्वासाखेरीज माणूस जगू शकत नाही.

(चंदा दूर सरकते. सुरजित हसून जवळ जातो.)

सुरजित : बस्स! येवढ्यानं घुस्सा आला? प्रेम बोलून दाखवायचं नसतं. समजून घ्यायचं असतं. युवराज जरी असलो, तरी माझी वृत्ती फुलांचा वास घेत फिरणाऱ्या भुंग्याची नाही. तू मला हवी होतीस... म्हणूनच इथं तुला आणलं. दुर्दैवानं आपला वियोग झालाच, तर लक्षात ठेव... ती जखम माझं आयुष्य एकाकी बनवायला कारणीभूत होईल.

चंदा : (नजीक जाऊन बिलगते.) महाराज...

सुरजित : महाराज नव्हे! सुरजित...

चंदा : तो अधिकार नाही.

सुरजित : नाही, चंदा. तो तुझाच आहे. माझी शपथ आहे. मला ती हाक ऐकायची आहे. बोलऽऽ

चंदा : अंहं... (लाजते.)

सुरजित : ठीक आहे. जिथं आमच्या शपथेची कदर नाही... तिथं थांबावं कशाला? आम्ही जातो.

(सुरजित पाठ वळवून जाऊ लागतो. चंदा आर्त बनते. हाक मारते.)

चंदा : सुरजितऽऽ

(सुरजित सावकाश वळतो. निळा प्रकाश पसरतो.

चंदा गात असते.

गाणं संपता- संपता दोघे जवळ येतात.

एकमेकांच्या मिठीत असता प्रवेश दुसरा संपतो.)

(प्रवेश दुसरा समाप्त)

प्रवेश तिसरा

(स्थळ : मोतीबाग

रंगमंच प्रकाशतो, तेव्हा महालात एकटे हरीप्रसाद बैठकीवर बसलेले असतात. पानाचं तबक समोर असतं. आपल्याच विचारात ते सुपारी कातरत बसलेले आहेत. त्याच वेळी सेवक आत येतो.)

सेवक : सरबत आणू?

हरीप्रसाद : नको! त्यानं तापलेलं मन शांत व्हायचं नाही. बाईंना फार वेळ लागेल?

सेवक : जी! ते मी कसं सांगणार? सरकार स्वारी बरोबर आहेत, तेव्हा...

हरीप्रसाद : समजलं! हे बघ. मी जातो. वाट बघून गेले, म्हणून सांग.

सेवक : पण आपल्याला बसवून घ्यायला सांगितलंय्.

हरीप्रसाद : कुणी? बाईंनी?

सेवक : सरकार स्वारींनी.

हरीप्रसाद : हं!

(परत सुपारी कातरू लागतात. सेवक आत जातो. त्याच अस्वस्थ अवस्थेत हरीप्रसाद उठतात. गाऊ लागतात. गाण्याचा भाव व्यक्त होत असतो. दाता म्हणून उभं असता याचकानं अव्हेरावं? मोल व्हावं, म्हणून रत्न हाती घ्यावं आणि ती साधी काच निघावी? गाणं संपतं. हरीप्रसाद मागे वळून पाहतो. तो रामसिंग उभा असतो.)

हरीप्रसाद : कोण... रामसिंग? केव्हा आलास?

रामसिंग : आपल्या गाण्यात व्यत्यय येऊ नये, म्हणून...

हरीप्रसाद : हे गाणं नव्हतं, बेटा! ते गुदमरल्या जीवाचं आक्रंदन होतं. माझ्यासारख्या लाचार सेवकांना ते एकटंच गावं लागतं. ते कोणी ऐकत नाही.

रामसिंग : पंडितजी! बाई नक्की लवकर येतील.

हरीप्रसाद : बस कर! त्या बाईचा आणि तुमच्या सरकारांची तरफदारी बस्स कर. इथं तासभर माझ्या मनाला तेच समजावतो. उन्हातान्हांतून एवढ्या दूरवर मी यायचं आणि हे बाहेर. रामसिंग, महाराजांच्यासाठी गेले सहा महिने मी हे सोसतो आहे. पण त्याची कदर कुणाला?

(नक्कल करतो)

पंडितजी, उद्या किनई, सरकारस्वारी जेवायला येणार आहेत. तेव्हा सकाळीच तुम्ही आलात, तर.... हो, हो! येईन ना. त्यात काय.... पंडितजी, उद्या गाण्याला छुट्टी. समजलं ना... जीऽऽ, जशी आज्ञा, हुजूर... बाईजींची तब्येत बरी नाही, तेव्हा... कळलं.... मी येऊन गेलो, म्हणून सांग...

(रामसिंगाला) जेव्हा म्हणतील, तेव्हा येतो. कधी सकाळी, कधी रात्री, तर कधी भर दुपारी आणि त्याचं फळ हे! आज स्वारी कुठं गेलेय्?

रामसिंग : माताजीका मेला आहे ना?

हरीप्रसाद : (आश्चर्याने) देवीच्या जत्रेला गेलेत? युवराजांच्या संगती?

रामसिंग : जी!

हरीप्रसाद : हद्द झाली! तू तरी सांगायचं होतंस. ही गोष्ट महाराजांच्या कानी गेली, तर...

रामसिंग : मी खूप सांगितलं, पण ऐकलं नाही...

हरीप्रसाद : त्यांनी काय करावं, हे आम्ही कोण सांगणार? रामसिंग, मी जातो. मी येऊन गेल्याचं त्यांना सांग आणि त्याचबरोबर हाही निरोप दे... बाईंना सांग, यापुढं गाणं शिकवायला मी इथं येणार नाही. ते शिकायचं असलं, तर त्यांना माझ्या घरी यावं लागेल. माझ्या सवडीनुसार.

(हरीप्रसाद निघून जातात. सेवक येतो. रामसिंग त्याच्याकडेपाहतो.)

रामसिंग : काय, भोला! काय म्हणतो हालहवाल!

भोला : रामसिंग! आपण एक काम कराल, तर मेहेरबानी होईल, गरिबावर.

रामसिंग	: सांग ना!
भोला	: गाणं शिकावं, म्हणतो... पंडितजींना सांगितलंत, तर...
रामसिंग	: तू गाणं शिकणार? अरे, गाणं गायला प्रथम गळा लागतो. एक वेळ मुसळाला पानं फुटतील, पण तुला गळा...
भोला	: आपण माझा आवाज ऐकला नाही, म्हणून हे बोलता. धाडस असावं लागतं. राजदरबारात चार माणसांसमोर गाणं सोपं! पण जनतेच्या आमदरबारात गाणं तेवढं सोपं नाही. आज माताजींच्या मेळ्यात माझं गाणं आहे. या ऐकायला... माझ्या गाण्यावर लोकांचा जल्लोश झाला नाही, तर भोला नाव सांगणार नाही. ऐकायचा आहे नमुना?
रामसिंग	: ऐकव, बाबा!
भोला	: ऐका तर...

(भोला एक लोकगीत गातो.)

रामसिंग	: पण गाणं शिकायची लहर का आली? राजदरबारच्या अन्नाचा तो गुणच आहे. सारेच लहरी बनतात. कुणाला केव्हा कसली लहर येईल, सांगता येत नाही.
भोला	: लहर नाही! सालं, गाणं आलं की, आयुष्याची ददात मिटली. कुठल्यातरी दरबारी राजगवई झालं, की झालं. तो पंडितजी बघा ना? काम ना धाम. खातो, पितो आणि रेड्यासारखा रेकतो. नोकरी असावी, तर तशी.
रामसिंग	: एवढं सोपं नाही, बेटा, ते! भांडी घासणं आणि गाणं शिकणं यांत फार फरक आहे. एकेका तानेसाठी आयुष्य खर्चावं लागतं.
भोला	: ते मला नका सांगू. तानेसारखी सोपी गोष्ट नाही. भल्या पहाटे थंड पाण्याची घागर डोक्यावर ओतून बघा. हव्या तसल्या ताना गळ्यातून निघतात. दररोज सकाळी मी घेतो ना! पायांखालचा दगडदेखील नाचतो.
रामसिंग	: पंडितजीच्या गाण्याला नावं ठेवतोस?
भोला	: मी कशाला ठेवू! येतंय् काय त्याला. गाणं म्हणतो आणि सीधी एक ओळ आठवत नाही. दररोज ऐकतो ना?
रामसिंग	: ओळ आठवत नाही?
भोला	: तर काय? पिया बिन आवत नहीं चैन... आवत नहीं चैन. तेच तेच... तेच तेच. तास झाला, तरी तेच. पुढचं आठवतच नाही.

रामसिंग	:	तुझ्यासारखा जाणकार आजवर मला भेटला नव्हता! जा. पाणी घेऊन ये.
भोला	:	एक अर्ज आहे.
रामसिंग	:	आता काय काढलंस?
भोला	:	आज मला रजा हवी.
रामसिंग	:	का?
सेवक	:	देवीची जत्रा आहे ना? घरी माँग मागितली होती. ती पुरी करायला हवी.
रामसिंग	:	तुला ही जत्रा आठवली! ठीक आहे. जा. पण लवकर ये, आपली नोकरी टिकावी, अशी मागणी करून ये.

(बाहेरून हसण्याचा आवाज येतो. रामसिंग सावरून उभा राहतो. भोला त्वरेने आत जातो.

चंदा, सुरजित आत प्रवेश करतात.

चंदाच्या हाती फुग्याची काठी आहे. दोघे आनंदात आहेत.)

सुरजित	:	रामसिंग, तू केव्हा आलास?
रामसिंग	:	खूप वेळ झाला. आपण जत्रेला गेला होता, सरकार?
सुरजित	:	गेले तर! अरे, खूप धमाल आली. हिनं हट्ट धरला ना? हिच्यामुळं आज जत्रा पाहता आली...
रामसिंग	:	पण, हे महाराजांच्या कानांवर गेलं, तर? पंडितजी पण वाट बघून गेले. त्यांना आपण जत्रेला गेलेलं खपलं नाही.
सुरजित	:	(हसतो) वृद्धापकाळी तारुण्याचे दिवस आठवत नाहीत. केवढ्या मोठ्या आनंदाला आम्ही मुकलो होतो, ते आज समजलं. हा खोटा मान-सन्मान यात काही मजा नाही. अरे, रामसिंग, जत्रेत आम्ही मिठाई खाल्ली. झोपाळ्यावर बसलो. काही विचारू नको. बघ ना, हिनं जत्रेत बांगड्यापण भरून घेतल्या. पण एकानंदेखील आमच्याकडून पैसा घेतला नाही. सारे कौतुकानं पाहत होते. राजे लोकांचा पैसा का संपत नाही, हे आज कळलं.
चंदा	:	गुरुजी रागावले?
रामसिंग	:	जी! त्यांनी आपल्यासाठी निरोप सांगितला आहे. ते म्हणाले, यापुढं गाणं शिकायचं झालं, तर माझ्या घरी या. मी इथं येणार नाही!

चंदा	: (सुरजितला) तरी मी आपल्याला सांगितलं होतं.
सुरजित	: ते माझ्यावर सोपव. मी पंडितजींचा राग काढीन. झालं?
रामसिंग	: सरकार महाराजांनी आपली याद केली होती.
सुरजित	: त्यांची आज्ञा शिरसावंद्य! आम्ही जाऊ आणि हे बघ, आज आम्ही इथंच राहू, म्हणून आमच्या वाड्यावर कळव.

(रामसिंग 'जी' म्हणून जातो.)

सुरजित	: चंदा! आज आम्ही एक गोष्ट पक्की केली.
चंदा	: कोणती?
सुरजित	: ही जत्रा संपेपर्यंत दररोज जत्रेला जायचं.
चंदा	: मला घेऊन!
सुरजित	: तू नसलीस, तर जत्रा कसली? चंदा, मी आज देवीपुढं, काय मागितलं, माहीत आहे?
चंदा	: काय?
सुरजित	: मी एकच मागणं मागितलं. जीवनाची सारी उलथापालथ मी सहन करीन. पण अखेरच्या क्षणी तुला पाहत तुझे सूर ऐकत मृत्यू यावा.
चंदा	: (ओठांवर बोट ठेवते.)

(दोघे हसत असता रामसिंग परत येतो.)

रामसिंग	: हुजूर, सरकारस्वारी...
सुरजित	: इथं?
रामसिंग	: जी! मोतीबागेत गाडी शिरलेली पाहूनच मी परत...

(चंदा जाऊ लागते.)

सुरजित	: थांब, चंदा! आत जाण्याची गरज नाही. पिताजी सारं सहन करतील; पण त्यांना खोटेपणा आवडत नाही.

(संतप्त जयपाल प्रवेश करतात. सारे मुजरा करतात. रामसिंग मुजरा करून जायला निघतो.)

जयपाल	: रामसिंग, दाराशी उभा राहा. आत कुणालाही सोडू नको.
सुरजित	: पिताजी, आज्ञा केली असतीत, तर...
जयपाल	: ज्याला स्वतःचं भान असतं, त्यालाच आम्ही आज्ञा करतो. नाहीतर इथवर येण्याची आम्हाला गरज पडली नसती. चंदा, तुझ्या रियाझ चालू आहे ना?

चंदा : जी!

जयपाल : तो आजपासून थांबला. युवराज, आपण जत्रेला गेला होता?

सुरजित : कुणी सांगितलं?

जयपाल : पंडितजीनी! एवढंच नव्हे, तर ते आजपासून हिला शिकवणारही नाहीत. चंदा, एवढा मोठा गुरू मिळूनही त्याची कदर तुला बाळगता आली नाही. युवराजांच्या संगतीत तूही शिकण्याचं भान विसरलीस? आज पंडितजीच्या डोळ्यांत अश्रू पाहिले. तुला शिकवण्यासाठी त्यांनी केवढी मेहनत घेतली... एकदा ते आम्हाला म्हणाले होते... ही पोर साक्षात गंधर्वकन्या आहे. शिकवेल, ते सहजपणे उचलते. फार मोठी गायिका बनण्याचं त्यांचं स्वप्न होतं. पंडितजी येणार, हे माहीत असूनही जत्रेला का गेला?

सुरजित : तिचा दोष नाही. मीच आग्रह केला.

जयपाल : कोणत्या अधिकारानं? युवराज, तुमच्या करमणुकीसाठी म्हणून चंदाला आम्ही मोतीबागेत ठेवलं नव्हतं. तिच्या संगीतसाधनेत व्यत्यय आणण्याचा काहीच अधिकार तुम्हाला नव्हता. तुम्ही युवराज. उद्याचे सावनगढचे राजे. केव्हातरी तुम्हाला त्या गादीवर बसायचं आहे. त्या अधिकाराचं भान बाळगलं असतंत, तर फार बरं झालं असतं. त्याचसाठी आम्ही तुम्हाला बोलावलं होतं.

सुरजित : मी येणारच होतो...

जयपाल : केव्हा? तुमच्या सवडीनं? आम्ही तुम्हाला बोलावलं होतं... कारण उद्या मोहनगडचे ठाकूर येताहेत. ते माझे स्नेही आहेत. त्यांच्याबरोबर त्यांची कन्या राजकुवरही येत आहे. ती तुमची भावी पत्नी आहे, आणि सावनगढची उद्याची महाराणी आहे.

सुरजित : पण, पिताजी, मी लग्नाबाबत विचारच केलेला नाही.

जयपाल : केला नसेल, तर करा. राज्याला जसा राजा लागतो... तशीच महाराणी पण. हा रिश्ता कैक वर्षांपूर्वी पक्का झालेला आहे. हे तुम्हीही जाणता.

सुरजित : पिताजी, आणि तो मानला नाही, तर...

जयपाल : (सुरजितच्या धिटाईने थक्क होतो. संतापाने चंदाकडे पाहतो.) इथवर मजल गेली? विसरलात, तुम्ही उद्याचे महाराज आहेत, ते! नाही, युवराज, एका गाण्याच्या बाईसाठी जीवन बरबाद करून घेण्याची मुभा तुम्हाला तरी नाही.

सुरजित : पिताजी! पण जीवन माझं आहे. हा अन्याय होतो.

जयपाल	: हे आम्हाला सांगता! तुम्हाला माहीत नाही... आमचा विचार झाला, बरीच वर्ष राज्याला वारस लाभला नाही. राणीसाहेबांच्या प्रेमाखातर आम्ही दुसऱ्या विवाहाचा विचार केला नाही. परमेश्वरानं आमची प्रार्थना ऐकली. तुमच्या रूपानं गादीचा वारस जन्माला आला, तो आमच्या हाती सोपवून राणीसाहेब निघून गेल्या. दायांच्या हाती आपलं संगोपन झालं, असं तुम्ही ऐकलं असेल; पण ते खोटं आहे. आम्ही तुम्हाला क्षणभरही दृष्टीआड केलं नाही. तुमचे सारे लाड पुरविले. तुम्हाला शिकवलं... तुमच्या स्वातंत्र्यावर कधीही गैरवाजवी बंधनं घातली नाहीत, हे तर खरं ना?
सुरजित	: जी, पिताजी!
जयपाल	: पण स्वातंत्र्य म्हणजे स्वैराचार नव्हे. तुम्ही हिला काशीहून घेऊन आलात. आम्ही तुम्हाला दोष दिला नाही. एका दुष्टाच्या हातून हिची सुटका केलीत, त्यासाठी आम्ही कौतुकच केलं. तुम्ही युवराज आहात. हिच्या जन्माचा पत्ता नाही. आईवडिलांचा ठिकाणा नाही. त्याबद्दल मी तिला दोष देतो, असं नाही. एक रसिक या नात्यानं जरूर तू तिच्या मांडीला मांडी लावून बसू शकतोस. एक श्रेष्ठ गायिका म्हणून त्या गाण्याच्या दरबारात तिचा मान तुझ्यापेक्षाही मोठा असेल... पण ते गाण्याच्या दरबारात! राजदरबारात नव्हे!
सुरजित	: पिताजी!
जयपाल	: युवराज! या राजेपणाबरोबरच एक रसिक मनही देवानं आम्हाला दिलं आहे. आम्हीही गाण्याचे शौकीन आहोत. मनमुराद शौक केलाय् तो! पण त्याची गफलत आमच्या कर्तव्याशी आम्ही कधी होऊ दिली नाही. राजा जयपाल आणि रसिक जयपाल यांच्या जीवनाची गल्लत कधी होऊ दिली नाही. ती लक्ष्मणरेषा आम्ही कधी ओलांडली नाही! तिथंच तुम्ही थांबायला हवं... तुमचं स्थान ध्यानी घ्यायला हवं!
सुरजित	: पिताजी! मला तसलं स्थान नको आहे.
जयपाल	: खामोश! हे बोलला नसता, तर फार बरं झालं असतं! तुमच्या जन्माच्या वेळी सारा सावनगढ तुमच्या जन्मोत्सवात सामील झाला होता. बारा दिवस रात्रीचा विसर पडावा, अशी आतिशबाजी सावनगढच्या प्रजेनं केली, ती कशासाठी? त्या आनंदानं बेभान झालेल्या प्रजेनं खेडोपाड्यांतून वाजत गाजत आणलेल्या पाण्यांच्या घागरींचा लोट नदीला पोहोचला. त्या सावनगढच्या वारसाच्या

तोंडी ही भाषा? नाही, युवराज, हा वारसा इतक्या सहजासहजी बदलत नाही. तो आपल्या नशिबी लिहिला गेलेला आहे... तो आलेख पुसणं आपल्या हाती नाही!

(चंदाला हुंदका फुटतो. जयपाल तिच्याकडे पाहतात.)

चंदा, तुझ्या डोळ्यांत अश्रू? तुला गाणं शिकायचं होतं ना?

चंदा : महाराज, मला जरूर गाणं शिकायचं होतं, पण त्याहीपेक्षा एक तमन्ना होती. दोन्हींपैकी एक आज एक संपतंय्, असं वाटतं.

जयपाल : तेच व्हायला हवं! कलावंतानं जरूर स्वप्नं बाळगावीत. पण ती कुवतीबाहेरची नसावीत. नाही तर विदारक निराशा पदरी पडते. राणीपद तुला कधीच मिळणार नाही!

चंदा : कुणी मागितलंय् ते! पण दासी म्हणून तरी राहता येईल ना?

जयपाल : जरूर राहता येईल. पण तेच मिळवायचं होतं का, हे स्वत:ला विचारून बघ. चंदा, देवानं तुला गळा दिला आहे... देवानं दिलेलं देणं जाणावं... अजोड निष्ठेनं तूं संगीताची सेवा केलीस, तर अमर कीर्ती तुला मिळेल. मला विचारशील, तर तू हा मोह सोडून तू हरीप्रसादांच्याकडं जावं. त्यात तुझं हित आहे. हे तुला कळलं नाही, तर या युवराजांची रखेली यापेक्षा तुला किंमत राहणार नाही.

सुरजित : रखेली?

जयपाल : हां, रखेली! त्यापेक्षा तुमच्या जीवनात हिला काहीही स्थान नाही!

सुरजित : क्षमा असावी, महाराज! कोणत्या तरी अनोळखी स्त्रीला राज्ञीपद देण्याइतकं ते सोपं नाही. माझ्या जीवनातलं हिचं स्थान मी ठरवीन. आपण नव्हे.

जयपाल : फार बोललात! मग आता स्पष्टपणे ऐकून ठेवा, एक वेळ 'अनोळख्या स्त्रीला' राज्ञीपद बहाल करता येईलही. पण हिला सामान्य रखेली म्हणून देखील तुम्हाला बाळगता यायचं नाही!

सुरजित : का? कोण अडवील आम्हाला?

जयपाल : आम्ही! तुम्ही युवराज. सावनगढचे भावी राजे. तुमची काळजी घेणं हे जसं राजा म्हणून माझं कर्तव्य आहे, तसंच एका गुणी कलावंताचं भाग्य एका क्षुद्र मोहापोटी हिरावून घेतलं जात नाही, हेही प्रजापालक राजानं पाहायला हवं. तिची योग्यता फार निराळी आहे, युवराज!

सुरजित : क्षमा असावी, महाराज! पण आपण ती जबाबदारी घ्यायचं काहीच

कारण नाही. हिला मी काशीहून आणली, हे आपण विसरता.

जयपाल : आम्ही विसरलो नाही. विसर पडला, तो तुम्हाला! तुमच्यापेक्षाही त्या कालीचरणचा हिच्यावर अधिक अधिकार होता. तो आमच्या आज्ञेनं हद्दपार झाला. तुमच्या नव्हे. आमच्या युवराजांच्या नाटकशाळा सजवण्यासाठी आम्ही तो निर्णय घेतला नव्हता...

सुरजित : आपण निर्णय घेतला नसेल, पण मी घेतलेला आहे.

जयपाल : युवराज! हे मला सांगता? सावनगढच्या महाराजाला? तोच हट्ट धरलात, तर आपण युवराज राहणार नाही.

सुरजित : मी ते आनंदानं सोडीन.

जयपाल : असलं आव्हान मला देऊ नका. जयपालसिंग म्हणतात मला. ही वाघाची औलाद आहे. तुम्ही शिकारी आहात. तुम्हाला तरी ते माहीत असायला हवं. वाघीण जेव्हा विते, तेव्हा पिलं टाकीत जाते. परत त्याच वाटेनं येताना जी पिलं आपल्या पावलांनी वाटेतून दूर गेलेली असतात, तीच टिकतात. पायी त्राण नसलेली आणि त्याच जागेवर राहिलेली पिलं वाघीण खाते. ती तिची पिलं नसतात. ती नुसती भक्ष्य असतात.

चंदा : (घाबरून) महाराज!

जयपाल : आम्ही जातो. तुमच्या वाटा तुमच्यासमोर मोकळ्या आहेत. कोणती स्वीकारायची, ते तुम्ही ठरवा. माझा आग्रह नाही. तुमचा निर्णय ऐकायला मी उत्सुक आहे.

(त्याच संतापात जयपाल जातात.)

चंदा : काय केलंत हे? महाराजांना इतकं दुखवायला नको होतं.

सुरजित : नाही, चंदा! तू घाबरू नको. संतापाच्या भरात आम्ही काहीही बोललो नाही. आम्ही बोलतो, ते विचाराअंती आणि तसंच वागतोही.

चंदा : काय बोलता हे? माझ्यासाठी आपण राज्य सोडाल?

सुरजित : का नाही! आनंदानं. मला राज्याचा मोह नाही. त्याची सत्यता आत्ताच दिसेल. रामसिंगऽऽ

(रामसिंग आत प्रवेश करतो.)

रामसिंग.. आम्ही आज सावनगढ सोडणार. या भूमीत पाणी पिण्याचीही आमची इच्छा नाही!

चंदा : ऐकावं तरी...

सुरजित : काही ऐकण्याची गरज नाही. आमचा निर्णय ठरला. रामसिंग, उभा काय राहिलास? सामानाची आवराआवर कर.

(रामसिंग तसाच उभा असतो. ते पाहून सुरजित संतापतो.)

रामसिंग, ऐकू येत नाही?

रामसिंग : स्पष्ट बोलावं लागतं... आमच्या तीन पिढ्या सावनगढच्या सेवेत गेल्या. मी राजपूत आहे. जो सावनगढचं इमान राखत नाही, त्याची सेवा आम्ही करत नाही... करणार नाही!

सुरजित : रामसिंगऽऽ

रामसिंग : युवराज, बालपणापासून महाराजांनी आपल्याला एकत्र वाढवलं... शिकवलं... आपला सांगाती मित्र, रक्षक या नात्यानं आजवर चाकरी केली. तुम्ही हा निर्णय घेतलात, तर सावनगढ पोरकं पडेल.

सुरजित : का? महाराज आहेत ना?

रामसिंग : पोटी जन्म घेऊनही बापाला ओळखलं नाहीत? सरत्या वयात हा घाव घातलात, तर महाराज उभे राहतील, असं का वाटतं? एका बाजारी बाईच्या नादानं...

सुरजित : रामसिंग.... चालता हो. मला तुझी गरज नाही! लाचार... भ्याड... युवराज या नात्यानं शेवटची आज्ञा करतो, ती तरी पाळ. सावनगढच्या युवराजांचा अखेरचा निरोप सावनगढच्या नरेशांच्या कानी घाल. त्यांना सांग.... म्हणावं, राजेपणाचं चिलखत टाकून बाप या नात्यानं आमच्याकडं पाहिलं असतंत, तर आम्ही फार सुखी झालो असतो. फार सुखी झालो असतो... जा...

(रामसिंग अश्रुपूर्ण स्थितीत जायला वळतो.)

चंदा : थांबा. रामसिंग! (सुरजित चंदाकडे पाहतो.)

सुरजित : त्याला का थांबवलंस?

चंदा : आपण आपल्या जीवनाचा निर्णय घेतलात. अद्यापि माझा निर्णय मी घ्यायचा आहे!

सुरजित : कसला निर्णय? युवराजपद बाळगून तुला का रखेली बनवू?

चंदा : (हसते) रखेली बनण्यासाठी मी आले नव्हते, हुजूर!

सुरजित : त्याचसाठी आम्ही युवराजपद सोडायला तयार झालो. आपण कुठंही जाऊ. पोट भरू.

चंदा	: कशावर? युवराजपद नसेल, तर आपण काय करू शकता? काय येतं आपल्याला?
सुरजित	: चंदा!
चंदा	: हमाली कराल, की कुणाच्या पेढीवर मुनीम बनाल? एकदा कालीचरणला पोसण्यासाठी पायांत चाळ बांधलेत मी. तुमच्यासाठी परत तेच करायची माझी इच्छा नाही!
सुरजित	: बेहया... कुणाला बोलतेस हे?
चंदा	: मी म्हणजे रामसिंग नव्हे, हुजूर! तुमच्यासारखा भोळसट रईस मिळाला, म्हणून मी इथं आले. वाटलं होतं, माझ्या नादानं सारी दौलत माझ्यावर उधळाल. तमन्ना होती दौलतीची. तुमची नव्हे. तुमच्याजवळ राहून काय मिळवणार मी! ना इज्जत, ना दौलत...
सुरजित	: (अवाक् बनलेला) चंदा, हे तूच बोलतेस?
चंदा	: (खळखळून हसते) हुजूर, मी एक तवायफ आहे. नजरबंदी हा आमच्या रक्ताचा गुण आहे.
सुरजित	: बस कर, चंदा! स्त्रीहत्येचं पातक माझ्या हातून घडवू नको. इथं क्षणभरही मला राहता येणार नाही.
चंदा	: थांबावं, हुजूर! आपण मला इथं आणलंत, मला सोडून जाण्याआधी एक मागणं आहे.
सुरजित	: तुझ्या मागण्याला इज्जत आहे. पण माझ्या मागण्याला किंमत नाही. दाता मी आहे. या सुरजितला तडा जाण्यापूर्वी जे हवं असेल, ते माग.
चंदा	: जाण्याआधी सेवा रुजू करून घ्यावी. ज्या गाण्यापायी आपण मला इथं आणलंत, ते आपल्या पायी वाहावं, असं वाटतं.
सुरजित	: ही इमानदारी, की शेवटचा लुटण्याचा प्रयत्न....
चंदा	: आपण हवं ते समजा... बसावं...

(संतप्त सुरजित बैठकीवर बसतो. चंदा गात असते.
कैसे गाऊं, बलमा!!
दर्दभरी सुरांनी रंगलेली ती ठुमरी संपते.)

सुरजित	: मुराद पुरी झाली?

(कमरेचा कसा काढतो.)

जत्रेसाठी घेतलेला कसा असा उपयोगी पडला. घे, चंदा. तुझी बिदागी घे.

(कसा फेकतो. चंदा झेलते.)

चंदा : ही बिदागी!

सुरजित : हां! मी युवराज आहे. तवायफचं गाणं आम्ही मोफत ऐकत नसतो.

चंदा : तसलीम, हुजूर!

(चंदा कसा उघडते. त्यातली एक मोहर काढते. उरलेला कसा सुरजितच्या हाती देते.)

सुरजित : चंदा! आमच्या संयमाचा अंत पाहू नको. आमची बिदागी न स्वीकारणं हा आम्ही आपला अपमान समजतो.

चंदा : दारी आलेल्या रईसाचा अपमान तवायफ कधीही करत नसते. हुजूर! आपला अपमान होऊ नये, म्हणून एक मोहर मी स्वीकारली आहे. ही थैली नजराणा म्हणून आपल्या हाती देत आहे.

सुरजित : नजराणा?

चंदा : जी! सावनगढचे युवराज माझ्या गाण्याला आले. कलावंतिणीचं जीवन उद्धरलं. युवराजांना नजराणा द्यायला नको. नजराणा स्वीकारावा.

(त्याच वेळी घोड्यांच्या टापांचा आवाज येतो. धनराज आत प्रवेश करतात. त्यांच्या हाती घोड्यांचा हंटर असतो.)

धनराज : युवराज...

सुरजित : काय आहे?..

धनराज : महाराज सरकार प्रासादाच्या द्वारी उभे आहेत. आपला निर्णय ऐकूनच ते राजवाड्यात प्रवेश करतील, असं त्यांनी कळवलं आहे.

सुरजित : धनराजजी! पिताजी वाड्याच्या दरवाज्याशी उभे आहेत? निर्णय ऐकूनच आत जाईन, असं म्हणतात... पिताजी... एवढं कोमल हृदय असता राजे कसे बनलात? धनराजजी, आम्ही जातीनिशी येत असल्याचं कळवा.

(धनराज जायला वळतो. सुरजित त्याचा हंटर काढून घेतो. जाऽऽ. चंदाकडे पाहताच सुरजितचा संताप उफाळतो.)

सुरजित : रामसिंग, सावनगढच्या राजघराण्याशी बेइमानी करणाऱ्यांची तू गय करीत नाहीस, हे आम्हाला माहीत आहे. हिला मोतीबागेतून आणून मी मोतीबाग बाटवला. या क्षणी हिला हाकलून दे. परत हिचं तोंडही पाहण्याची माझी इच्छा नाही!

(चंदा वळते. हाती तोंड झाकते. हुंदका देते.)

थांब, चंदा! जाण्याआधी एकदा तो चेहरा पाहू दे. चंदा...

(चंदा वर पाहते.)

या सावनगढनं तुला गाणं दिलं. तुझ्या गळ्यात गाणं आहे. तशीच आठवण म्हणून ही ही निशाणी चेहऱ्यावर राहू दे.

(काय होतंय्, हे समजायच्या आत हंटर कडाडतो. चंदाचा हात कपाळावर जातो. हात खाली येतो, तेव्हा रक्ताची रेषा उमटलेली असते.)

सुरजित : यापुढं आरशात पाहशील, तेव्हा सावनगढची आठवण जरूर येईल. रामसिंग, हे पैसे भिकाऱ्यांना वाटून टाक.

(रामसिंगच्या अंगावर थैली फेकून सुरजित निघून जातो. चंदाचं बळ ढासळतं. रामसिंग पुढे होतो.)

चंदा : (डोळे पुसते.) रामसिंग, कालीचरणनं मला खूप शिकवलं. क्षणापूर्वी जोडे खाऊनही दारी आलेल्या रईसासमोर हसतमुखानं जायचं बळ दिलंय् मला. महाराजाना सांग. सावनगढशी मी बेइमानी केली नाही. त्यांची आज्ञा पाळेन मी.

(चंदाचं बळ सरतं. ती रडत बैठकीवर कोसळते. रामसिंग जात असता पडदा पडतो.)

अंक पहिला समाप्त

अंक दुसरा

प्रवेश पहिला

*(**स्थळ** : सावनगढ. हरीप्रसादांचं घर.*

पडदा उघडतो, तेव्हा हरीप्रसादांचं घर नजरेत येतं. कोपऱ्यात तानपुरे ठेवलेले आहेत. एखाद्या खाँसाहेबाची तसबीर भिंतीवर लटकते आहे. मध्यभागी बैठकीवर साधा तक्क्या, पितळेचे पानदान, पिकदाणी दिसते आहे. एका बाजूला तशीच दुसरी बैठक आहे. दार खटखटलं जातं. आतून पदर खोचलेली चंदा बाहेर येते. पदर सैल करून, वस्त्र सावरून ती दरवाजा उघडते. हरीप्रसाद आत येतात. त्यांच्या हाती दोन पिशव्या असतात. त्या चंदाच्या हाती देतात.)

हरीप्रसाद : घे, बेटी, सारं आणलंय्, बघ!

(हरीप्रसाद आपले कपडे झटकत असतात.)

चंदा : काय झालं? आणि कपडे कशानं मळले?

हरीप्रसाद : व्हायचं काय? पडलो. ही राजकृपा केव्हा ना केव्हा तरी पश्चात्तापाला कारणीभूत होतेच.

चंदा : पण काय झालं?

हरीप्रसाद : सांगतो! जरा दम तर घेऊ देशील. महाराजांनी कौतुकानं सायकल दिली ना? आज भाजी घेऊन येत होतो... काल तुला दीपचंदीतील

ठुमरी शिकवत असता एक तान आठवत नव्हती. आठवतं?

चंदा : बरं! मग?

हरीप्रसाद : सायकलीवरून येत असता अचानक ती आठवली. झालं. ती हरवू नये, म्हणून घेत असता त्या तानेच्या भरात हँडलवरचे केव्हा हात सुटले, तेही कळलं नाही. पडलो.. झालं.

चंदा : (हसू दाबत असते.)

हरीप्रसाद : हसतेस काय? भर रस्त्यावर पडलो. उठून प्रथम पाहिलं, तो सायकलीला लावलेलं सामान सुखरूप होतं. वांगी विस्कटली, ती गोळा केली. पण एक माणूस माझ्याकडं पाहून खिदळत होता. साल्याला तिथंच ऐकवलं. म्हणालो, खिदळतोस... मी पडलो, म्हणून खिदळतोस.... त्याऐवजी एखादी तान घेशील, तर जन्माचं कल्याण होईल तुझ्या. एकदम तोंड बंद झालं बेट्याचं! बस्स! ठरलं. आजपासून सायकल बंद!

चंदा : पण लागलं नाही ना कुठं?

हरीप्रसाद : छे! ग. तसा अलगदच पडलो.

(चंदा आत जाऊ लागते.)

चाललीस कुठं?

चंदा : (पिशव्या दाखवत) हे ठेवू ना? आणि स्वयंपाक कोण करणार?

हरीप्रसाद : ते ठेवून ये. स्वयंपाक होऊन जाईल. आपण दोघं करू. पण ही तान आताच पुरी व्हायला हवी. परत हरवण्याच्या आत. व्वाऽऽ, काय डौल! काय मिजास! जशी मोत्याची सर...

(चंदा हसत आत जाते. स्वतःच तानेत दंग झालेले हरीप्रसाद बैठकीवर बसतात. मनाशी हातवारे करीत पान जुळवत असतात. चंदा बाहेर येते.)

चंदा : गुरुजी!

हरीप्रसाद : हां, बेटा!

चंदा : बटाटे सांगितले होते आणि आणलेत कांदे...

हरीप्रसाद : अस्सं! अरे, हो, गल्लत झाली खरी. हे अस्सं होतं बघ. आपल्याला नाही, बुवा, तो बाजार जमत. जाऊ दे. कांदे, तर कांदे. बैस, बेटी! घे. सुरू कर...

(चंदा उठते. तबकातलं फूल उचलते. समोरच्या बैठकीवर नेऊन

ठेवते. हरीप्रसादांच्या समोर बसते. चंदा सुरावट घेत असते. हरीप्रसाद सूर मिळवता-मिळवता तानेची जागा घेतात. चंदा थक्क होते.)

उगीच नाही पडलो. घे.... तशी अवघड नाही. ऐक

(परत तान घेतात. चंदा अंदाज घेते. तान घेते.)

ठीक... पण धिटाईनं घे. आपोआप येईल.

(हरीप्रसाद तान परत घेतात. चंदा अनुकरण करते.)

वाऽऽ! ये बात है, बेटी! पडलो खरा, पण तान घेऊन उठलो. उगीच नाही. चल शुरू हो जाय.

(दोघे गाऊ लागतात. द्रुतगत संपते. तोच दिवाण येतात. गाणं थांबतं. हरीप्रसाद त्वरेने उठून स्वागत करतात.)

हरीप्रसाद : कोण... दिवाणसाहेब! आज गरिबाच्या घरी पाय लागले. आज्ञा केली असतीत, तर मी आलो असतो. बेटी, सरबत घेऊन ये.

धनराज : नको, पंडितजी! खरंच नको. आपल्या संगीतात व्यत्यय आणला. पण महाराजांनी पाठवलं, म्हणून अवेळी यावं लागलं. माफ करा.

हरीप्रसाद : काय आज्ञा आहे महाराजांची?

धनराज : आज्ञा नाही. विनंती आहे.

हरीप्रसाद : विनंती कसली?

धनराज : युवराजांचा विवाह होऊन वर्ष उलटलं. या मुदतीत आपण बाईंचा तनखा, शिधा स्वीकारलेला नाही, हे आज महाराजांच्या ध्यानी आलं. त्यांच्या मनाला ते लागलं, त्याची व्यवस्था करण्यासाठी त्यांनी मला त्वरेनं पाठवलं आहे.

हरीप्रसाद : महाराज कृपावंत आहेत. पण चंदानं दरबारचा तनखा, शिधा का घ्यावा? मी जसा राजगवई आहे, तशी ती राजगायिका बनलेली नाही. युवराजांच्या विवाहप्रसंगी ती गायली, ती माझी शिष्या म्हणून. ती माझ्या घरी राहते. माझ्या शिष्यांना पोसायला मी समर्थ आहे. तिला शिधा-तनख्याची गरज नाही.

धनराज : पंडितजी! हे महाराजांना कळलं, तर त्यांना वाईट वाटेल.

हरीप्रसाद : का वाटावं? यात खोटं काय आहे? आम्ही कलावंत आहो. भिकारी नाही. आपण जरूर आमचा निरोप महाराजांच्या कानी घाला.

धनराज : ती हिम्मत माझी नाही.

हरीप्रसाद : ठीक आहे. मी सांगेन. मी एवढ्यात कपडे बदलून येतो. आपण बसावं.

(हरीप्रसाद आत जातात. चंदा धनराजांच्याकडे पाहते.)

धनराज : ठीक आहे?

चंदा : (आवंढा गिळते.) युवराज इथंच आहेत?

धनराज : गेले दोन महिने त्यांचं वास्तव्य काशीला आहे.

चंदा : दोन महिने?

धनराज : का? आश्चर्य वाटलं?

चंदा : नाही. त्यांना शिकारीचा शौक आहे. गाणं आवडतं.

धनराज : नाही, बाई! ते फक्त निमित्त आहे. काशीला गेल्यापासून तिथल्या सावनगढ कोठीतून ते एकदाही शिकारीला बाहेर पडले नाहीत की हवेलीवर कुणाची बैठक झाली, ती बातमी काढलेय् मी.

चंदा : मग दिवस कसा घालवतात?

धनराज : राहिलेला एक शौक मात्र ते पुरा करताहेत.

चंदा : कसला?

धनराज : पिण्याचा.

चंदा : दिवाणसाहेब...

धनराज : ऐरण घातली, तरी हिरा भंगत नाही. पण ढेकणाच्या वासानं तो फुटतो, असं म्हणतात.

चंदा : मीही ते ऐकलंय्.

धनराज : तुम्ही ऐकलं असेल. दुर्दैवानं ते मी पाहतो आहे. माझा बोलण्याचा अधिकार नाही. पण लक्षात ठेवा. राजेलोकांना उगा शिकारीची हौस नसते. चार लोकांत त्यांना अश्रू ढाळता येत नाहीत, म्हणूनच ते रानावनाचा आश्रय घेतात. थोरले सरकार आजारी, युवराज असे. बाई, तुम्ही युवराजांच्या आयुष्यात आला नसता, तर फार बरं झालं असतं.

चंदा : आणि राणीसरकार?

धनराज : तुम्हाला राजघराण्याचे रिवाज माहीत नाहीत. राणीसाहेब सध्या पॅरिसला आहेत. राणीसाहेबांना जातिवंत कुत्री पाळण्याचा शौक आहे. कुत्र्यांचं जागतिक प्रदर्शन पॅरिस शहरात भरणार आहे.

चंदा : दिवाणसाहेब, माझा काही दोष नाही. मी मोतीबाग सोडून गुरुजींच्या घरी आले. त्यांनी सांगितलं, म्हणून युवराजांच्या विवाहप्रसंगी गायले. आणखीन मी काय करायला हवं होतं?

धनराज : होनी हो सो होय! दोष तुमचा नाही. असलाच, तर तो नशिबाचा आहे.

(हरीप्रसाद बाहेर येतात. डोळे टिपणाऱ्या चंदाला पाहतात. हरीप्रसाद

दोघांच्याकडे पाहतात. सावरतात.)

हरीप्रसाद : माफ करा. आपल्याला थांबावं लागलं. चला. बेटी, मी येईपर्यंत रियाझ चालू ठेव.

चंदा : गुरुजी, मन लागत नाही. आज मला गायला यायचं नाही.

हरीप्रसाद : यायचं नाही? यावं लागेल. मी येईपर्यंत रियाझ चालूं राहिला पाहिजे. समजलं, चलावं.

(हरीप्रसाद निघून जातात. चंदा रागदारी गात असते. गाता-गाता दिवे मंदावत असतात. प्रकाश येतो, तेव्हा त्याच रागदारीतून ती एक विरहगीत गात असते. चंदाची नजर मोकळ्या बैठकीवर असते. गाणं संपत येत असता हरीप्रसाद येतात. तिकडे चंदाचं लक्ष नसतं. जेव्हा गाणं संपतं - तेव्हा चंदाला हुंदका फुटतो.)

हरीप्रसाद : हाच रियाझ चालला होता?

(चंदा मागे वळून पाहते. गडबडीने डोळे पुसते. हरीप्रसाद तिच्याजवळ जातात. तिच्या पाठीवरून मायेनं हात फिरवतात.)

काय झालं, बेटी?

(चंदाला त्या हाकेनं उमाळा येतो. हरीप्रसादांना बिलगून ती रडू लागते.)

हां, बेटी! असं रडायचं नाही. मेरी अच्छी बेटी. मेरी लाडली... हे बघ, माझ्यासाठी गाणं शिकायची काही गरज नाही. तुला गाणं शिकायचं नाही, असं का मी समजायचं?

चंदा : त्याखेरीज माझ्या आयुष्यात काही उरलं नाही. पण माझा जी लागत नाही.

हरीप्रसाद : ते ओळखलंय् मी! मला पुरतं कळून चुकलं आहे. या सावनगढमध्ये राहून तुझं गाणं पुरं होणार नाही.

(चंदा दचकते. हरीप्रसाद संथपणे बैठकीकडे जातात. तिथलं फूल उचलतात. चंदाकडे पाहतात.)

बेटी, दररोज रियाझाला बसण्याआधी या मोकळ्या बैठकीवर तू प्रथम फूल चढवतेस, हे पाहिलंय् मी. हे फूल जर माझ्या हातून पडलं... (फूल जमिनीवर सोडतात.) आणि चुकून माझा पाय त्यावर पडला, तर...

चंदा	:	(भीतीने) पंडितजी...
हरीप्रसाद	:	घाबरू नको, बेटी! दुसऱ्याच्या श्रद्धेवर पाऊल ठेवण्याचा अधिकार कुणालाच नसतो. ते धाडस कुणीही करू नये. मीही करणार नाही. पण लक्षात ठेव.

(ते पडलेले फूल उचलतात.)

फुलाचा डौल, सुगंध काही काळच टिकतो. एक ना एक दिवस त्याचं निर्माल्य होतंच. कलावंताचंही तसंच आहे. जोवर तारुण्य आहे, अंगात नवं कमावण्याची रग आहे, तोवर गुणाचा अहंकार बाळगता येतो. एक वेळ हरवलेलं प्रेम आयुष्यभर मनात जतन करून ठेवता येतं. पण गाणं आणि गळा उम्रभर टिकून राहीलच, असं सांगता येत नाही. चंदा, मिळवण्याचे हेच दिवस आहेत. जे गमावलं, त्यासाठी ते खर्चू नको. या वेळी ही उदासीनता चालायची नाही, बेटी.

चंदा	:	मी काय करू?
हरीप्रसाद	:	त्याचाही मी विचार केला आहे. मी सरकारांच्याकडं तुझा तनखा, शिधा परत करण्यासाठी गेलो नव्हतो. मी गेलो होतो इजाजत मागण्यासाठी.
चंदा	:	इजाजत....
हरीप्रसाद	:	हां! आपण उद्या सावनगढ सोडून जायचं.
चंदा	:	पण जायचं कुठं? एवढी चांगली दरबारची नौकरी मिळणार कुठं?
हरीप्रसाद	:	कदाचित मिळणारही नाही. चंदा, या गाण्यानं उदंड कीर्ती संपादन केली. ती या जन्माची कहाणी झाली. पण जे धन मिळवलं, ते कुणाच्या तरी हाती सोपवून जायला हवं ना! आपण मुंबईला जाऊ. तिथं माझे मित्र आहेत.. चाहते आहेत. तिथं तुझ्या गाण्यात व्यत्यय येणार नाही. बेटी, पहाटे आपली गाडी आहे. वेळ थोडा आहे.
चंदा	:	खरंच, सावनगढ सोडायचं? एवढ्या तातडीनं!
हरीप्रसाद	:	आपल्या प्रिय जागेचा निरोप तातडीनंच घ्यावा. दिरंगाई अधिक क्लेशकारक बनते. इथल्या यादगारीत तू जशी अडकलीस ना, तसंच माझं आहे. अनेक वर्षांच्या आठवणी आहेत. त्या आता आयुष्याच्या सोबती बनल्या आहेत. आठवणी विसरल्या जाणार नाहीत, पण आपण मुंबईला गेलो ना, तर त्यांची तीव्रता थोडी

कमी होईल. जा, बेटी, सामानाची बांधाबांध करायला लाग.

(चंदा जाते. हरीप्रसाद निरोपाचं गाणं गातात.)

(प्रवेश पहिला समाप्त)

प्रवेश दुसरा

*(**स्थळ** : मुंबई, हरीप्रसादांचा फ्लॅट.*

प्रकाश येतो, तेव्हा चंदा तानपुरा घेऊन बसलेली असते. ती उठते. तानपुरा कोपऱ्यात ठेवते. वळते. तोच दार वाजतं. ती दरवाजा उघडते. एक चांगले कपडे केलेला मध्यम वयाचा गृहस्थ आत येतो. चंदा त्यांना नमस्कार करते.)

चंदा : कोण, प्यारेलालजी! आज बरी वाट वाकडी केलीत?

प्यारेलाल : नाय तर काय करेल? बाईजी, हा पंडितजी येत ना, त्यांचेसाठी करावी लागते.

चंदा : काय झालं?

प्यारेलाल : घ्या! समद्या दुनियाला खबर आहे... आनी तुमाला खबर नाय. आमचा संगीत सभा होनार हाय ना! पुढच्या महिन्यात. त्येचा आज आखीरी मिटिंग हाय. दोनी मीटिंगला पंडितजी ॲबसेंट ऱ्हायले. तवा तेना गाडी घेऊन न्यायला आला. काय करनार...

चंदा : मीटिंग? आणि रात्री?

प्यारेलाल : बाई, हे बाँबे हाय. आपलं काम करून माणूस येनार. ते मीटिंग रात्रीच व्हायला पायजे. पंडितजी घरामध्ये हाय ना?

चंदा : आहेत ना! रात्रीच्या वेळी कुठं जाणार?

प्यारेलाल : तेचा भरवसा नाय. ते कलावंत मंडळी असते ना! दिवसभर झोपते रातभर फिरते. द्या टाळी...

(प्यारेलाल हसत हात पुढे करतो. चंदा मागे सरते.)

चंदा : मी गुरुजींना बोलावते. आपण बसावं.

प्यारेलाल : पण, चंदाबाय! खरं ते सांगते. गेल्या वर्षाला ठाकुरजीच्या मंदिरात तुमी गायले ना... तसा गाना आजवर ऐकला नाय. ते गाना एकदम अलग.

(छातीवर हात ठेवत.)

इथं जाऊन पोचते, बगा.

चंदा : गुरुजींनी शिकवलं. मी गायले.

प्यारेलाल : तसा कसा.. तसा कसा... आवाजाची गोडी हाय ना. परवा बन्सी हॉलमध्येबी तुमचा गाना झाला ना?

चंदा : माझं नव्हे. पंडितजींचं. मी बरोबर गेले होते. आग्रह केला, म्हणून थोडी गायले.

प्यारेलाल : तेच म्हंते आमी! (बोट दाखवत) येवढं गाना गायला, पण पब्लिक एकदम खूश होऊन गेला. माझा चुकला.

चंदा : काय?

प्यारेलाल : गाना! तवा मी बंबईत नवते.

('कोण' म्हणत हरीप्रसाद येतात. प्यारेलाल नमस्कार करतो.)

हरीप्रसाद : कोण, प्यारेलालजी! वाऽऽ वा. छान... केव्हा आलात?

चंदा : गुरुजी! प्यारेलालजी आपल्याला न्यायला आले आहेत.

हरीप्रसाद : कुठं?

प्यारेलाल : घ्या? सांगितला नवता? पंडितजी, पुढच्या महिन्यात संगीत सभा हाय ना? त्याची आखिरी मीटिंग हाय आज. प्रोग्रॅम करायला पायजे.

हरीप्रसाद : मग करा! मी तिथं येऊन काय करणार? तुम्ही आहात. मीरसाहेब आहेत. बसू आहेत. तुम्ही ठरवाल, ते मला मान्य आहे. म्हणाल, तेव्हा हजेरी लावून मोकळा होईन मी.

प्यारेलाल : तसं नाय... तसं नाय. तुमी नाय तर कायबी होनार नाय. आमी खुल्लमखुल्ला सांगते. गाडी हाय आमची. चला...

हरीप्रसाद : असं म्हणता. ठीक आहे. चला...

प्यारेलाल : बाईजी पन संगती...

हरीप्रसाद : ती कशाला?

(खुंटीवरचा कोट अंगात चढवत असता.)

बेटी, कदाचित आम्हाला वेळ होईल परतायला. दार लावून घे.

(कालांतर दर्शविण्यासाठी प्रकाश मंदावतो. परत येतो. त्या वेळी दार खटखटत असतं. आत दिवा पेटतो. चंदा बाहेर येते. स्विच दाबते. रंगमंच प्रकाशतो. आतून विचारते.)

चंदा : कोण?

आवाज : मी रामसिंग...

चंदा : कोण? रामसिंग? (म्हणत दार उघडते.) रामसिंग! या वेळी? का आला होता?

रामसिंग : सरकार आले आहेत.

चंदा : कुठं आहेत?

रामसिंग : खाली गाडीत आहेत. वरती येण्याची इजाजत मागताहेत.

चंदा : घेऊन यायचं नाही? त्यांना का इजाजत लागते!

(दारात सुरजित अवतरतो. त्याच्यावर कैफ चढलेला आहे. आत पाऊल टाकतो. तोल सावरण्यासाठी रामसिंगच्या खांद्यावर हात ठेवतो.)

सुरजित : तो अधिकार आता राहिलेला नाही. म्हणूनच इजाजत मागितली.

चंदा : (मुजरा करते.) आप आये घर हमारे यही मालिक की कुदरत है। कभी हम उनको, कभी अपने गरीबखानेको देखते हैं। तशरीफ रखिए, हुजूर...

सुरजित : हं! (खिन्नपणे हसतो)
चंदर, आता या घरात आणि माझ्या घरात फारसा फरक राहिलेला नाही. निदान या घरात अजून गाता गळा तरी आहे.. पण तिथले सूर केव्हाच आटले. जा. रामसिंग. खाली जाऊन उभा राहा.

(रामसिंग जातो. बैठकीकडे जाण्यासाठी सुरजित पावलं टाकतो. अडखळतो. चंदा हात पुढे करते. सुरजित त्या हाताकडे पाहतो. नकारार्थी मान हलवतो.)

सुरजित : अंहं! नाही... आता तोल गेला, तर हवा त्याचा आधार घेईन मी. पण त्यासाठी तुझा हात धरणार नाही. ते एकदा ठरलेलं आहे. चंदा, अजून तेवढा दोष गेला नाही.

चंदा : महाराज, बसावं!

सुरजित : कोण महाराज! कालपर्यंत होते. आज नाहीत. चंदर, आम्ही खूप थकलोय्... मुंबईत येऊन इतके दिवस झाले. आठवण येत होती. पण पत्ता कधी शोधला नाही. पण आज... आज अशाच बेचैनीत नरिमन पॉईंटवर आम्ही हवा खाण्यासाठी थांबलो होते... गाडीचे दरवाजे उघडे होते. दारूचे पेले रिचवत होतो आणि तिथं तुझा पत्ता चालत आला. राहवलं नाही, म्हणूनच इथं न बोलवता आलो.

चंदा	: घर आपलंच आहे.
सुरजित	: बस्स! चंदा! ही रिवाजाची भाषा सोड. करशील, तो अपमान सहन करण्याची ताकत बाळगूनच आम्ही इथं आलो.
चंदा	: अपमान! आणि आपला...
सुरजित	: तो तुझा हक्क आहे. कपाळाकडं बघ. अजूनही ती निशाणी आहे.
चंदा	: माझ्या उद्धटपणाचं ते फळ आहे.
सुरजित	: तुझ्या नव्हे! माझ्या. मला रामसिंगनं... सारं सांगितलं. पण फार उशिरा... फार उशिरा...

(सुरजित बसतो. चंदाकडे पाहतो. विफल हास्य प्रगटतं.)

सुरजित	: चंदा, मनाची खूप तगमग होते आहे. आजच सकाळी आम्ही दिल्लीहून आलो. ज्या सावनगढचे आम्ही राजे होतो... त्या सावनगढच्या विलीनीकरणावर आम्ही सही करून आलो. आज मन भारी उदास आहे... चंदर.
चंदा	: म्हणजे आपण सावनगढला....
सुरजित	: ते केव्हाच सोडलं. पिताजी गेले - आम्ही राजे बनलो आणि सावनगढची हवाच बदलली. आजवर कौतुकानं, श्रद्धेनं आमच्यापुढं झुकणाऱ्या माणसांची नजर बेगुमान बनली. ते आम्हाला सहन करता आलं नाही. आम्ही परदेशी फिरत राहिलो. हं! चंदर... आठवतं... एकदा आपण जत्रेला गेलो होतो. तर पिताजींचा कोण संताप झाला होता. सावनगढचे युवराज जत्रेत फिरतात. असंभव!... (हसतो.) तेच आम्ही सावनगढचे राजे... सांगितलं, तर खोटं वाटेल... पॅरिसमध्ये सीन नदीच्या काठी हातात दारूची बाटली घेऊन उघड्यावर फिरत होतो. त्यावर विश्वास बसेल? उदास बनलेल्या जीवाला रिझवण्यासाठी पिगालमध्ये उघड्या नागड्या बायकांच्या संगतीत रात्री घालवल्या... मनसोक्त पिऊन.
चंदा	: (कानांवर हात ठेवते.) मला ऐकवत नाही हे.
सुरजित	: (उठतो) ऐकावंच लागेल! चंदर, ते तुझं दुर्दैव आहे. मनातलं दुःख सांगायला या जगात तुझ्याखेरीज कोणी नाही. ते सांगितलं नाही, तर बसल्या जागी जीव गुदमरून जाईल माझा... तुला विसरण्यासाठी मी सारं सहन केलं; पण तुझी आठवण कधी सरली नाही... नाना छंद केले. भोग घेतले; पण उपभोग मिळाला नाही. रेसकोर्सवर घोडी धावली; पण त्यांच्यामागं

मन धावलं नाही... जुगार-अड्ड्यावर, कॅसिनो जुगारांची चक्रं फिरली, पण मनाचं चक्र थांबलं नाही... एके रात्री तर बेहोश होऊन असाच एका बाईच्या घरी पडलो होतो. पण साली ती जातसुद्धा इमानी. सकाळी डोळे उघडले, तेव्हा आमच्या खिशातल्या साऱ्या नोटा तिनं व्यवस्थितपणे घडी करून ठेवल्या होत्या... चंदर, सारा कैफ उतरला. तुझी भारी आठवण झाली. तिला मी चंदाचा अर्थ सांगितला. चंद्रावर डाग असले, तरी तो प्रकाशमान असतो. ज्यांच्या नशिबी काळोख आहे, त्यांना वाट दाखवतो... चंदा, माणसानं प्रेम केलं, म्हणून एवढं छळू नये.

चंदा	: सुरजित...
सुरजित	: ही हाक ऐकण्यासाठीच मी इथं आलो. वाटलं... एकदा तुझा आवाज परत ऐकावा. कदाचित मला परत जगण्याचं बळ लाभेल. त्यासाठी हवी ती बिदागी आम्ही देऊ... आनंदानं.
चंदा	: मागेन ती?
सुरजित	: मागून तरी बघ! काय हवं? गाण्यानंतर अनेक बिदागी देतात. गाण्याआधी आम्ही बिदागी देऊ, माग.
चंदा	: हुजूर! आपल्या कोटाला लावलेलं फूल द्यावं.
सुरजित	: (फुलाकडे पाहतो. हसतो) चंदर, ते केव्हाच कोमेजून गेलं.
चंदा	: चालेल मला! फूल देता ना!

(सुरजित फूल काढतो. चंदा हात पुढे करते. सुरजित ते फूल वरूनच टाकतो. चंदा ते मस्तकी लावते. बैठकीवर जाऊन तानपुरा घेते. गाऊ लागते.

जोगियासे प्रित किये दुःख होय

सुरजित ते गाणं तन्मयतेने ऐकत असतो. गाणं संपत असतं, तेव्हा हरीप्रसाद आत प्रवेश करतात. संतापतात. त्यांचं सुरजितकडे लक्षही नसतं.)

हरीप्रसाद	: चंदा!

(चंदा दचकून मागे पाहते. गडबडीने तानपुरा ठेवून उठते.)

या घरात आणि हे गाणं! शरम नाही वाटली गायला? बाजारी अवलाद वळणावर जायचीच!

चंदा : पण... गुरुजी...

हरीप्रसाद : खबरदार, त्या नावानं परत हाक मारशील, तर! ती तुझी योग्यता नाही. मी म्हणजे कुणी बाजारी कोठीवरचा तबलजी नव्हे! कुणाच्या हुकमानं हे धाडस गेलंस? गवय्याचं घर म्हणजे काय बाजारी कोठी वाटली? बोलून चालून तवायफ... तिचा रिवाज बदलेल कसा?

चंदा : पंडितजी! मी कोठीवरच वाढले. पण त्या कोठीलाही सभ्यतेचे रिवाज असतात. दाराशी आलेला रईस माघारी पाठवला जात नाही. मग साक्षात अन्नदाता अवतरला असता त्याला नाही कोण म्हणणार?

हरीप्रसाद : कुणाला सांगतेस हे? मला!! चंदा हे घर माझं आहे. या गाण्यासाठी उभं आयुष्य मी ते मोकळं ठेवलं. या घरात फक्त गाणंच पूजलं जातं. माणसं नाहीत.

चंदा : तोच फरक आहे, पडितजी! आपण गाणंच जपलंत, पण गाणं माणसांच्यासाठी असतं, तेवढंच विसरलात.

सुरजित : पंडितजी! दोष तिचा नाही! असलाच, तर तो माझा आहे. मीच तिला गायचा आग्रह केला.

हरीप्रसाद : महाराज! मी हात जोडतो. कृपा करून तुम्ही यात बोलू नका. आपला अपमान करण्याची माझी इच्छा नाही.

चंदा : पंडितजी! मुलीच्या मायेनं तुम्ही मला वाढवलंत. तवायफ तर तवायफ सही; पण त्यांना काही बोलू नका... त्यांचा अपमान करू नका... या घरात त्यांचा अपमान झाला, तर मला इथं राहता येणार नाही.

हरीप्रसाद : इथं राहता येणार नाही! असली धमकी मला चालत नाही, चंदा! ज्यानं स्वतःच्या हातानं घराची होळी केली, त्याला असला वारा खपत नाही. त्यानं उलट ते अग्निकुंड अधिकच भडकतं.

चंदा : गैरसमज होतोय्, पंडितजी! मी इथून जाणार नाही.

हरीप्रसाद : मग...

चंदा : मी या जगातून निघून जाईन. ज्यानं मला रस्त्यावरून उचलली... विश्वासानं तुमच्या हाती सोपवलं, त्यांचा अपमान मला सहन होणार नाही. तुम्ही माझे गुरू आहात; पण ते माझे परमेश्वर आहेत. तुम्हीच सांगितलं होतंत, 'दुसऱ्याच्या श्रद्धेला धक्का लावण्याचा अधिकार कुणालाच नसतो.' ते धाडस तुम्ही करू नका.

हरीप्रसाद	: चंदा...
सुरजित	: पंडितजी! मी इथं येण्यात चूक केली. मला हे सभ्य माणसाचं घर वाटलं होतं. आम्ही जातो.
हरीप्रसाद	: महाराज, बसावं...
सुरजित	: नाही, पंडितजी! आज आम्हाला भारी दुःख झालं. एके वेळी आपणही सावनगढचे राजगवई होता. एका दरबारीच आपण वाढलो. पण तो रिवाज, ती शराफत या बाजारी मुंबईत येताच विसरलात? पोटच्या मुलीसारखी जिला वाढवलंत, तिला माझ्यादेखत तवायफ, बाजारी अवलाद म्हणायचं धाडस केलंत? नाही, पंडितजी! ज्या घरात साधी सभ्यता नांदत नाही, तिथं आम्ही बसत नसतो. आम्ही व्यसनी असू, असंयमी असू, पण तेवढा रिवाज जरूर पाळतो. येतो आम्ही...

(सुरजित तसाच निघून जातो. हरीप्रसाद कोट काढून भिरकावतात. चंदा आत जाऊ लागते.)

हरीप्रसाद	: बेटी, थांब!

(चंदा तशीच पाठमोरी थांबते. हरीप्रसाद जवळ जातात. पाठीवर हात ठेवतात.)

हरीप्रसाद	: बेटी, रागावलीस?
चंदा	: (सावकाश वळते) नाही, गुरुजी! मला रागावण्याचा हक्कच कुठं आहे? त्यांनी बाजारातून मला उचललं. आपल्या हवाली केलं. दोघांचेही उपकार मोठे! मला रागावण्याचा अधिकारच कुठं पोहोचतो?
हरीप्रसाद	: असं बोलू नको, बेटी! मी तुला नुसतं गाणं शिकवलं नाही. तुझ्या रूपानं मला माझी मुलगी मिळाली. मला पितृत्व लाभलं. कोण चुकलं, तेच कळत नाही. संतापाच्या भरात तुला तवायफ म्हटलं... बाजारी अवलाद म्हटलं. बाप म्हणवून घेतो, मग हे शब्द आले कसे?
चंदा	: आपण बोललात, त्याचं काही वाटलं नाही. मायेच्या पोटी निघालेले अपशब्द आशीर्वाद ठरतात. गुरुजी, कालीचरणनं मला वाढवलं, एवढंच तुम्हाला माहीत आहे. पण कस वाढवलं, हे माहीत नाही. त्याच्या लाथा खाल्ल्यात मी. त्याच्या जोड्यावरची धूळ चाटलेय् मी.

हरीप्रसाद	: बोलू नको, बेटी! माझी तुलना त्याच्याशी करू नको. तेवढा कमीना मी नाही.
चंदा	: गैरसमज होतोय् आपला! या घरात मी खूप सुख मिळवलं. माझं पोरकेपण आपणच दूर केलंत. पण सरकार स्वारींना आपण बोललात, त्याचं वाईट वाटतं.
हरीप्रसाद	: सदैव संयम बाळगायला मी काय संत आहे, नुसत्या कलेवर माणूस जगत नाही, हे जेव्हा कळतं, तेव्हा कलावंताच्या मनाला कोण यातना होतात. केवढ्या आशेनं मी तुला मुंबईत आणली. शिकवलं. शिकवतो. पण गाण्यानं का पोट भरतं?
चंदा	: आपण बैठक ठरवायला गेला होता ना?
हरीप्रसाद	: (संतापतो) चोर लेकाचे! त्यांना माझी मैफल नको होती. त्यांना हवं तुझं गाणं.
चंदा	: माझं?
हरीप्रसाद	: हो! आणि त्याचसाठी सारी मखलाशी होती.
चंदा	: घरची परिस्थिती अशी. मी चार-दोन मैफली केल्या, म्हणून काय बिघडलं?
हरीप्रसाद	: परत ते शब्द उच्चारू नको! गंडा बांधला, तेव्हा मी तुझ्या मुखात मिठाई घातली नव्हती. चणे घातले होते. आठवतं? या गाण्यासाठी प्रसंग आलाच, तर चणे खाऊन जगू...
चंदा	: पण त्यांना माझं गाणं आवडतं ना? ते बोलावतात ना?
हरीप्रसाद	: एकदा आरशासमोर जाऊन उभी राहा, म्हणजे समजेल, ते का बोलावतात, ते. ते आमंत्रण तुझ्या गाण्याला नाही. ते तुझ्या रूपाला, तारुण्याला आहे. ते गाणं समजण्याचीही त्यांची कुवत नाही. त्यांना गाणं हवं असतं, तर आज मी मोकळ्या हातानं का परत आलो असतो?

(त्याच अस्वस्थपणे तबकातील अडकित्ता-सुपारी उचलतात.)

चंदा	: पण जगायला तर हवं.
हरीप्रसाद	: म्हणून तुझं गाणं करू? मग त्या कालीचरणात आणि माझ्यात काय फरक राहिला? तू चिंता करू नको. मी आणखी शिकवण्या करीन. तुला सुरांची समज आहे... फार थोड्यांना ती असते. एक दिवस तू माझं संपूर्ण गाणं आत्मसात करशील. त्या दिवशी मी अभिमानानं तुला रसिकांच्यापुढं नेईन. त्या गाण्याला दुसरी उपमा

असणार नाही. बाहेरून मी त्याच संतापात आलो होतो आणि त्याचमुळं भान राहिलं नाही. त्या भरात सरकारांच्यासमोर नको तो अपमान करून मोकळा झालो. खात्या अन्नाला बेइमान बनलो. पण त्यांना कुणी हा पत्ता सांगितला?

(कालीचरण आत येतो.)

कालीचरण : मी!

(हरीप्रसाद, चंदा दोघेही त्या आवाजाच्या दिशेने पाहतात. दचकतात. हरीप्रसादांच्या हातचा अडकित्ता गळून पडतो. चंदा भीतीने मागे सरते. त्यांची ती भेदरलेली अवस्था कालीचरण हसत पाहत असतो.)

हरीप्रसाद : कोण? कालीचरण?

कालीचरण : ओळखलंत तर! वाटलं होतं, एवढ्या वर्षांत आठवण विसरला, की काय? चंदा, तो सुरजित इथं येऊन गेला ना?

हरीप्रसाद : त्यांना तू पत्ता सांगितलास? पण तुला पत्ता कसा कळला?

कालीचरण : हं! गिधाडाला लाश हुडकावी लागत नाही आणि त्यानं वाईट काय केलं? आयता चांगला रईस दाराशी पाठवला. (हसतो) चंदा, तो तुझा दिवाणा! समुद्रकाठी गाडी उभा करून दारू पीत बसला होता. मी त्याची गाडी ओळखली. उल्लू! नुसता पत्ता सांगितला, तर बेट्यानं शंभराची नोट खुशाली म्हणून दिली.

हरीप्रसाद : कशासाठी आलास तू?

कालीचरण : जाब विचारायला! हिचं हेच करायचं होतं, तर काशी काय वाईट होती? मी तुमच्या जागी असतो, तर एव्हाना खूप कमावलं असतं. हिच्या एका सुरासाठी तो राजा जीव बरबाद करून घेतो. असा रईस हाताशी असता डोळे झाकून गप्प कसे बसलात? चंदा, तो आला होता ना? काय दिलं त्यानं?

हरीप्रसाद : त्याची चौकशी तुला कशाला? हे घर माझं आहे.

(कालीचरण घर निरखत तसाच पुढे येतो. एकदम वळतो.)

कालीचरण : कलावंतिणीची घरं रात्री सर्वांना खुली असतात.

हरीप्रसाद : (संतापतो) कालीचरण.... असली जबान इथं चालत नाही. मी तुला बजावलं होतं.... इथं यायचं नाही, म्हणून...

(कालीचरणचं हास्य तसंच असतं. तो सरळ बैठकीवर जाऊन बसतो. बसण्यापूर्वी तिथलं फूल उचलून हुंगतो. आपल्या जाकिटाला लावतो.)

कालीचरण : इथं यायचं नाही? असं कोण म्हणतं?

हरीप्रसाद : मी!

कालीचरण : पंडितजी! खरंच तुम्हाला बुढापा आला. ती सावनगढची कहाणी झाली. ही मुंबई आहे. परत सावनगढमध्ये पाऊल टाकण्याची हिंमत राहिली नाही म्हणूनच तर तो सुरजित मुंबईत येऊन पडला. मला हद्दपार करणारे केव्हाच हद्दपार झाले. पंडितजी.

हरीप्रसाद : काय हवं तुला?

कालीचरण : चंदा! हिला मी पाळलं. वाढवलं. तिला मी आज घेऊन जाणार आहे. सरळ आली, तर तशी, नाहीतर फरफटत.

हरीप्रसाद : (किंचाळतो) कालीचरण...

कालीचरण : ओरडू नको! गात्या गळ्याला ते सोसवत नाही. आवाज फाटून जाईल. म्हातारपणचे आंबटशौक बंद पडतील.

हरीप्रसाद : काय बोलतोस? तू फक्त गाता गळा शोधलास. तेवढंच तुझं श्रेय. मी तो गळा फुलवला. तू हिला पोट भरण्यासाठी वापरलंस. मी तसा नाही. हिला अस्सल गाणं शिकविण्यासाठी...

कालीचरण : (मोठ्याने हसतो) तू हिला गाणं शिकवतोस? आणि ते शिकवायला एवढी वर्षं लागतात! बुड्ढे! ज्या गावच्या बोरी, त्याच गावच्या बाभळी! मला शिकवतोस? अरे, सहा महिन्यांत आम्ही पोरीला तयार करतो. लाथेच्या बळावर बघता-बघता पायांत चाळ बांधून कोठीभर गायला, नाचायला शिकते ती!

(कालीचरण उठतो व हरीप्रसादसमोर जातो.)

तू हिला गाणं शिकवतोस ना? मग हिच्या मैफली का होत नाहीत? गाण्याच्या नावावर तरणीताठी पोर बाळगतो...

हरीप्रसाद : कमीने... कुत्ते.... निकल जाव मेरे सामनेसे....

(पुढे आलेल्या हरीप्रसादांना कालीचरण चपराक मारतो. चंदा हरीप्रसादांना सावरते. कालीचरण रुमाल काढून हात पुसतो.)

कालीचरण : चूप! बेमौके बात न कहना! जुबाँ संभाळून वापर. चंदा, मी तुला न्यायला आलोय्. बेटी, चल मेरे साथ...

(चंदा हरीप्रसादांना बिलगते.)

चंदा : नाही, कालीचरण! मी येणार नाही. जीव गेला, तरी येणार नाही.

कालीचरण : इथवर मजल गेली... चंदा... माझ्या जोड्यावर खूप धूळ सांडलेय्.

हरीप्रसाद	:	कालीचरण! मुकाट्यानं तू जा! चालता हो! नाहीतर मी पोलिसांना बोलावीन.
कालीचरण	:	जरूर बोलव! मी शब्द देतो. तू पोलिसांना घेऊन येईपर्यंत मी इथून बाहेर पडणार नाही. तुझ्यापेक्षा मलाच पोलिसांची गरज आहे. बघतोस काय असा? जा-ना घेऊन ये पोलिसांना. माहीत आहे, काय होईल, ते? मी सांगेन, या थेरड्यानं माझी पोर पळवून आणली.
हरीप्रसाद	:	पण ते सिद्ध करता यायचं नाही!
कालीचरण	:	मला त्याची गरज नाही. पण तुमचं नाव साऱ्या अखबारांतून झळकेल. उम्रभर जेवढं नाव कमावलं नाही, तेवढं एका दिवसात मिळून जाईल. संगीताचे उस्ताद हरीप्रसादजी एका पोरीला पळवतात. वर्तमानपत्रात हा किस्सा केवढा रंगवून येईल, नाही? लोकांची करमणूक होईल. पण तुम्ही आणि तुमचं ते संगीताचं घराणं... पुरे बदनाम होऊन जाल.
हरीप्रसाद	:	कालीचरण, अरे, मृत्यूही एवढा कठोर नसतो... देवांनं तुला मन दिलं नाही?
कालिचरण	:	(हसतो) दिलंय् ना. (छातीवर हात ठेवत) पण ते इथं नाही. (जोड्याकडे बोट दाखवत) ते इथं आहे. तुम मुझे क्या जमीन दिखाओगे! भल्या भल्यांचा मी होश उडवलेला आहे. पंडितजी, मला हद्दपार करणारा केव्हाच मरून गेला. आज तुम्हाला हद्दपार करण्याची ताकद माझी आहे. हरीप्रसाद, आज मी माझ्या पोरीला घेऊन जाणार आहे. मुकाट्यानं तिला माझ्या हवाली कर.
हरीप्रसाद	:	नाही, कालीचरण! मी तिला देणार नाही. त्याऐवजी हवं ते माग.
कालीचरण	:	पैसा हवा मला! त्यापेक्षा पाळलेल्या पोरीची मी जास्त किंमत समजत नाही. पण तो पैसा तू देणार कोठून? मला चंदाच न्यावी लागेल.
हरीप्रसाद	:	किती हवेत पैसे?
कालीचरण	:	घरमें नही दाने, बुढिया चली भुकाने...

(खांदे उडवतो.)

खैर.... दाराशी आलेलं गिऱ्हाईक पाहूनच मी किंमत सांगतो. मी जास्त मागणार नाही. एक कबुतर उडून गेलं म्हणून कबुतरखाना

ओस पडत नाही. हिला नेऊन फारसा उपयोग होणार नाही. हांडीका कांठ दुबारा नहीं चढता! तुमच्या तालमीनं तो अदा, ती नजरबंदी ही केव्हाच विसरून बसली साली. हे पाखरू पुरं बिथरलंय्. पिंजऱ्यात कोंडलं, तरी बोलायचं नाही. मला पाच हजार रुपये मिळाले, तरी चालतील. मग आनंदानं हिला ठेवून घे. गाण्यासाठी वा उबेसाठी...

(हरीप्रसादाचा संताप उफाळलेला पाहून)

हां! बूढे, पत्ते माझ्या हातात आहेत.

हरीप्रसाद : (संताप आवरत) ठीक आहे. देईन मी.

कालीचरण : केव्हा?

हरीप्रसाद : आत्ता! या घटकेला.

कालीचरण : आत्ता! माझा अंदाज चुकला. नाही तर जास्त मागितले असते. खैर... पाच हजार, तर पाच हजार! आती लक्ष्मी को कौन लात मारता है.

हरीप्रसाद : चिंता करू नको. पैसाच हवा ना... त्यासाठी हुरहुर लावून घेऊ नको. आयुष्यात मिळवलं नसशील, तेवढं देईन मी... थांब... मी आलो...

(हरीप्रसाद जातो.)

चंदा : का छळतोस मला?

कालीचरण : छळत नाही! मी कुणाला फुकट पोसत नसतो. ते वसूल करतोय् मी. मी कधी फसत नाही. पण, चंदा, लक्षात ठेव. इथं तुला काहीही मिळायचं नाही. हे आऽऽअ करून पोट भरायचं नाही. या पंडितजीला खरंच अक्कल नाही. गळाला सुरजितसारखा मासा लागला असताना नुसतं पाणी बघत बसला. अरे, छडीला एक झोका दिला असता, तर गळासकट मासा पाठीशी येऊन पडला असता... फडफडत. याच मुंबईत त्याच्या जिवावर इमले बांधले असते.

(हरीप्रसाद बाहेर येतात. त्यांच्या हाती एक छोटी पत्र्याची पेटी असते. ती पाहून कालीचरण हसतो.)

कालीचरण : पंडितजी! पाच-पंचवीस रुपयांनी माझं तोंड बंद होणार नाही, सौदा पक्का!

हरीप्रसाद : हां! सौदा पक्का! त्याचसाठी हे घेऊन आलो.

कालीचरण : काय आहे त्यात?

हरीप्रसाद : दाखवतो ना! ते पाहून तोंड मिटवण्याचंही बळ राहणार नाही. कलावंताचं धन आहे यात. मी तुझ्यासारखा कमीना नाही. पैशासाठी कधी कला बेचली नाही...

(सावकाश पेटी उघडतो. पेटीत अनेक मूल्यवान वस्तू असतात. त्या पाहून कालीचरणचे डोळे चमकतात. तो पुढे सरकतो.)

आयुष्यात अनेक मैफली रंगवल्या, अनेक जिंकल्या, राजदरबारी गायलो, सन्मान करून घेतले. पण बिदागी किती मिळाली, याचा कधी विचार केला नाही. कोणी मला मानाची कडी दिली, रत्नजडित पदकं दिली, मानचिन्हं मिळाली; पण अडचण आली, गरज भासली, म्हणून त्यांना कधी बाजार दाखवला नाही.

(एक टपोऱ्या माणकांची माळ उचलतात.)

ही बघ! ही माणकांची माळ जयपूरची... हा मोत्याचा कंठा (कंठा उचलतात.)

सावनगढचा राजगवई झालो, तेव्हा... महाराजांनी स्वहस्ते गळ्यात घातला.

(कालीचरण दोन्ही कंठे घेतो. खिशात घालतो.)

हे पदक... तानसेनच्या समाधीसमोर संगीतसभा जिंकली, तेव्हा ग्वाल्हेरच्या महाराजांनी दिलं... बघ! किती कंठे, पदकं आहेत ती.

(कालीचरण हरीप्रसादांनी उचललेल्या ओजळीतील पदके घेत असतो. खिसे भरत असतो.)

चंदा : गुरुजी! काय करता हे?

हरीप्रसाद : चंदा! तू यात पडू नको. हा सिलसिला आमचा आहे. हा सौदा मला महाग नाही. तुझ्यासाठी हवं ते देईन मी आनंदानं.

(कालीचरणने उचललेल्या एका वस्तूवर हरीप्रसादांची नजर जाते.)

थांब....

(कालीचरण पेटी उचलतो. जाऊ लागतो.)

थांब!...

(ते कालीचरणच्या हातात आलेली तुळशीमाळ घेतात.)

ही माझ्या गुरूची आठवण आहे. मानलंस, तर एवढी राहू दे. ही माळ आणि ही चंदा. बाकी सारं घेऊन जा.

(हरीप्रसाद कालीचरणजवळ जातात. त्याच्या जाकीटाला लावलेलं फूल काढून घेतात.)

आता जा! काही न बोलता जाऽऽ तृप्त मनानं निघून जा...

(कालीचरण निघून जातो. हरीप्रसाद वळतात.)

चंदा : काय केलंत हे! आयुष्याची सारी मिळकत देऊन टाकलीत माझ्यासाठी.

हरीप्रसाद : आयुष्याची मिळकत दिली नाही, बेटी! ती आज मिळवली. ते कंठे, ती पदकं...तेवढंच तू पाहिलंस, पण ते गाणं मिळवण्यासाठी जिवाची कोण वणवण करून घेतली? जीवनात एक गफलत झाली आणि संसाराचा नाद सोडला. पाठ धरली, ती या गाण्याची. त्यासाठी अनेक खाँसाहेबांच्या पिकदाण्या धुतल्या... अपशब्द ऐकले. एकएक चीज मिळवण्यासाठी उदंड सेवा केली. आमचे एक खाँसाहेब दारू प्यायचे. ओकायचे. चादर खराब झाली, तर मलाच धुवावी लागणार, हे ओळखून त्या ओकाऱ्या या हातांत घेतल्यात, बेटी! त्या गाण्यापायी तारुण्य केव्हा सरलं, हेही कळलं नाही. एवढं मोल देऊन मिळवलेलं गाणं कुणाच्या हाती देऊन जायचं? ती काळजी वाटायची, परमेश्वरानं तुला पाठवलं. तुझ्या गळ्यात माझं गाणं सुखरूप राहील. माझ्या मृत्यूबरोबर माझं गाणं मरणार नाही. ते तसंच पुढं चालेल. त्यासाठी कालीचरणला जे दिलं, ते फार थोडं होतं.

चंदा : पण त्यावर तो मांग तृप्त होईल का?

हरीप्रसाद : त्याचीच चिंता वाटते, बेटी! सूरदार खलकारी कामरी चढे न दुजो रंग! सूरदासांनी म्हटलेलं काही खोटं नाही. काळ्या घोंगड्यावर दुसरा रंग चढत नाही. दुष्टाला सुविचार सुचणं कठीण.

चंदा : तो परत येईल.

हरीप्रसाद : कदाचित येईलही! ती भीती वाटते. या गालावर गुरुजींनी अनेक तमाचे मारले. ते वरदान ठरलं. पण आज जी चपराक बसली ना, तिचं दुःख कधीही विसरलं जाणार नाही. कालीचरणनं मारलेली थप्पड परवडली. पण त्याहीपेक्षा महाराजांनी दिलेली चपराक फार

मोठी होती. न मारताही ती काळजाला जाऊन भिडली. परमेश्वरघरचा न्याय भारी कठोर असतो.

चंदा : कसला न्याय?

हरीप्रसाद : कसला? एक स्वार्थहीन, प्रेमी जीव तहानलेला माझ्या घरी निवाऱ्याला आला. पण त्याचं स्वागत मी केलं नाही. जाताना त्याला अडवलं नाही. त्याचंच प्रायश्चित्त म्हणून परमेश्वरानं हा गुंड पाठवला. त्याची चपराक खाऊनही त्याला सर्वस्व देऊन मोकळा झालो. चंदा, तू माझं गाणं आत्मसात केलं आहेस. आणखीन थोडी समज आली, की मोकळा. त्यासाठी तुला जपायला हवं.

चंदा : आपला माझ्यावर विश्वास नाही?

हरीप्रसाद : तो विश्वास नसता, तर तरी तपश्चर्या तुझ्या हाती का सोपवली असती? तुझा विश्वास आहे. पण आता लालचावलेला तो कालीचरण... रात्री अपरात्री बेहोश होऊन येणारे सरकार...

चंदा : त्यांना कोण अडवणार? गुरुजी, त्यांनी मला त्या काशीच्या गर्तेतून उचलली नसती, तर आज मी इथं कशी आले असते! माझ्या आयुष्याचा उद्धार ज्यानं केला, त्यांना अडवण्याचं बळ माझं नाही.

हरीप्रसाद : सरकारांना अडवण्याचं बळ तुझं नाही. कालीचरणला थोपवण्याचं सामर्थ्य माझं नाही. अब्रूच्या भयानं जगणारे दुबळे कलावंत आपण. आपल्याला कोण राखणार?

(कालीचरणच्या जाकिटावरून काढलेलं फूल चंदाच्या हाती देतात. चंदा आनंदाने ते फूल परत बैठकीवर ठेवते.)

मला माहीत आहे.

(चंदा दचकून मागे पाहते.)

सुरजितच्या प्रेमाखातर ती आठवण म्हणून तू मोकळ्या बैठकीवर फूल चढवून गातेस. त्याबद्दल माझा रागही नाही. कलावंताला कुठंतरी आपली जीवनश्रद्धा लटकावी लागतेच. तुझा गळा गोड आहे. पण तेवढ्यावर गाणं उमलत नाही. त्या आवाजाला एक दर्द लागतो. तीही उणीव परमेश्वरानं भरून काढली. दर्द असल्याखेरीज आवाजाला रूप लाभत नाही. तो दर्द जरूर तू जतन कर. पण मोकळ्या गादीवर फूल ठेवूनच तुला तुझी साधना करायला हवी. तो दर्द जपायला हवा.

चंदा	:	ते बळ माझं नाही.
हरीप्रसाद	:	तेही मला समजतं. त्यासाठी एकच मार्ग आहे. एक विनंती केली, तर ऐकशील...
चंदा	:	जी!

(हरीप्रसाद कासावीस होतात. शब्द उमटत नाहीत.)

गुरुजी, थांबलात का? हे संगीत जतन करण्यासाठी हवं ते करीन. आपल्या पायाशपथ.

हरीप्रसाद	:	तू माझ्याशी लग्न करशील?
चंदा	:	(आश्चर्याने) पंडितजी...
हरीप्रसाद	:	मला म्हातारचळ लागलेला नाही. तुझ्यासारखा शिष्य आयुष्यात चुकून मिळतो. तू माझ्या संगीताचा वारसा आहेस. माझं संगीत पेलण्याचं सामर्थ्य फक्त तुझंच आहे. पण तुझ्यावर कुठलीही बदनजर पडू नये, यासाठी हाच एक उपाय दिसतो. लौकिक अर्थानं तू माझी पत्नी बनशील. पण आपलं पितापुत्रीचं नातं कधीही बदलणार नाही. हे मी माझ्या गुरूची माळ हाती घेऊन तुला वचन देतो.
चंदा	:	त्या वचनाची काहीच गरज नव्हती. तुमच्यावर विश्वास टाकता आला नाही, तर या जगात कुठल्याच गोष्टीवर विश्वास टाकता येणार नाही.
हरीप्रसाद	:	फार सोसावं लागेल, बेटी! आपला विवाह होताच सारं जग आपली थट्टा करील. हवं ते बोलतील. ते मी सहन करीन. पण...
चंदा	:	पंडितजी! बापाच्या मायेनं तुम्ही जपली नसतीत, तर आज माझी काय अवस्था झाली असती?
हरीप्रसाद	:	तुला कसं सांगू मी! मुलीसारखी जपली तुला. या गाण्यासाठी तू माझ्याशी विवाह करशीलही. पण त्यानंतर सधवा होऊनही आयुष्यभर विधवेचं दुःख भोगावं लागेल आणि तेही माझ्यामुळं. ते मी कसं विसरू? कसं सहन करू? डोळ्यांदेखत मुलीनं विधवा झालेलं पाहण्याइतकं बापाला दुसरं दुःख नसतं.... दुःख नसतं...

(हरीप्रसाद त्या अर्थाचं अत्यंत कारुण्यपूर्ण असं गाणं म्हणतो. त्या गाण्यात भारवलेली चंदा त्याच्या पायांशी बसते. तिच्या मस्तकावर हात असता दुसरा अंक संपतो.)

अंक दुसरा समाप्त

अंक तिसरा

प्रवेश पहिला

(**स्थळ** : *मुंबई, हरीप्रसादांचा फ्लॅट.*

पडदा उघडतो, तेव्हा तीच वास्तू नजरेत येते. बैठकीमध्ये पुष्कळ फरक झालेला आहे. कोपऱ्यात तानपुरा आहे. फ्लॅटच्या सजावटीतून थोडी सुधारलेली परिस्थिती नजरेत येते. मध्यभागी लक्षात येईल, असं हरीप्रसादांचं भव्य तैलचित्र दिसत आहे. दारावरची घंटा वाजते. एक नोकर दार उघडतो. दारात सुरजित उभा आहे. तो आत येतो. सुरजितचं वय झालेलं आहे. केस पांढरे बनलेले आहेत. अंगात एक सिल्कचं जॅकेट, झब्बा, विजार, पायांत मोजडी हा त्याचा वेश आहे. आत येऊन तो फ्लॅट निरखतो. नोकर त्याच्याकडे पाहत असतो.)

नोकर : जी!

सुरजित : चंदाबाई सावनीवाल्याचं हेच घर ना?

नोकर : जी!

सुरजित : बाई घरी आहेत का?

नोकर : आहेत. पण त्या पूजेत आहेत.

सुरजित : मी थांबेन. मला गडबड नाही.

नोकर : आपलं नाव?

सुरजित : त्याची गरज नाही. बाई आल्या, की समजून जातील.

नोकर : पण मला समजायला हवं ना! बाईंनी विचारलं, तर...

सुरजित : त्याची चिंता करू नको.

नोकर : पण नाव सांगितलं, म्हणून...

(त्याची नजर सुरजितकडे जाते. त्या दृष्टीने तो वरमतो.)

आपण बसावं.

(सुरजित बसतो. नोकर कोनाड्यातील वृत्तपत्रे, मासिके समोर टाकतो. सुरजित वर्तमानपत्र उचलतो. नजर फिरवीत असतो. नोकर जायला निघतो, तोच परत बेल वाजते. नोकर वळतो. दार उघडतो. दारातून भोला प्रवेश करतो. भोलाचं वय झालेलं आहे. त्याच्या अंगात एक झब्बा, पायांत सुरवार, डोक्यावर राजस्थानी तिरकी टोपी आहे.)

भोला : बाईसाहेब आहेत?

नोकर : आपलं नाव?

भोला : नुसतं भोला म्हणून सांग. त्यांना सारं समजेल.

नोकर : नुसतं भोला?

भोला : आपलं नावं विचारलं, तर सांगाल का?

नोकर : कां नाही? माझं नाव शिवा पांडुरंग केणे.

भोला : व्वा! शिवा पांडुरंग केणे. अजब नाव आहे.

नोकर : का, हो? नावात काय बिघडलं?

भोला : सगळंच! अहो, नाव म्हणजे शैव वैष्णवांची गल्लतच नाही का? शिवा काय! पांडुरंग काय? आणि आडनाव केणे. आपण इथंच असता?

नोकर : भले! अहो मी इथं नसतो, तर तुम्हाला दार कुणी उघडलं असतं?

भोला : तेही खरंच! आपली तारीफ...

नोकर : तारीफ कसली? मी नोकर आहे इथला.

भोला : नोकर!

नोकर : का? आश्चर्य वाटतं?

भोला : आपल्या कपड्यावरून...

नोकर : (हसतो) अहो, सारेच फसतात. माझे वडील इथं तबला बडवत होते. मी शाळेत शिकत होतो. मॅट्रिकपर्यंत कशीबशी गाडी गेली. वडील वारले. बाईजींनी घरी ठेवून घेतलं. बाईजी मला मुलगा समजतात.

भोला : मग आपल्याला तबला येत असेलच!

नोकर	: छा! मी बाईजींचं स्वयंपाकपाणी बघतो. त्यांची देखभाल करतो. ते ना धिं धिं ना आपल्याला कधीच जमलं नाही. एकानं गायचं आणि दुसऱ्यानं डबडी बडवत बसायचं. असला आंबटशौक जमत नाही आपल्याला.
भोला	: तेवढं खरं नाही ते, भय्या! कुणीतरी जीवनात ताल धरतं, म्हणूनच कुणाचं तरी गाणं मैफल सजवून जातं.
नोकर	: ऑ! काय म्हणाला?
भोला	: काही नाही. पण एक विचारू का?
नोकर	: नाही. आता विचारायचं, ते मी! आपण कोण, कुठले, ते काहीच सांगितलं नाहीत, भोलाराम!
भोला	: भोलाराम नव्हे. नुसता भोला. माझं गाव सावनगढ.
नोकर	: म्हणजे बाईच्या गावचे...
भोला	: हां! नुसता गावचा नाही. बाईजींची चाकरी केलेय् मी.

(भोलाचं लक्ष हरीप्रसादांच्या तैलचित्राकडे जातं. तिकडे बोट दाखवत तो विचारतो.)

हे अजून इथंच आहेत?

नोकर	: इथं नाही. (वर बोट दाखवत) तिथं. त्यांना जाऊन खूप वर्ष झाली.
भोला	: बरं झालं.
नोकर	: बरं झालं? मेलेल्या जीवाबद्दल असं बोलू नये. बाईजींच्याबरोबर त्यांचं लग्न झालं होतं. बाईजींचे ते गुरू होते.
भोला	: ते तू सांगायची गरज नाही. सारं पाहिलंय् मी. त्या वेळी सावनगढ संस्थान होतं. त्या संस्थानाचा युवराज पैशानंच नव्हे, तर मनानंही अमीर होता. गाण्याचा शौक होता. काशीला एका बाईचं गाणं ऐकलं आणि दोन जीव एक झाले. युवराजांनी त्या बाईला सरळ राजवाड्यात आणली. तिच्याशी लग्न करण्याचा हट्ट धरला. राजानं ते मानलं नाही. त्या वेळी हे महाराज तिला गाणं शिकवत होते. त्यांनी बापलेकाच्या भांडणाचा फायदा घेतला आणि सरळ त्या मुलीला घेऊन मुंबई गाठली.
नोकर	: आणि ते युवराज. ते कुठं आहेत?
भोला	: त्यांचा ठिकाणा कोण सांगणार? एक पलके रूकनेसे दूर हो गई मंजिल अभी सिर्फ वो नहीं चलते रास्ते भी चलते हैं। महाराज सध्या मुंबईत आहेत, असं ऐकलं होतं. पण त्यांचा पत्ता कोण सांगणार?

नोकर : म्हणजे, तुम्ही मुंबईत नवीन आलात?

भोला : हां! काल आलो. आज सकाळी अखबारात बाईजींचं नाव पाहिलं- बाईंनी नाव कमावलं. पद्मविभूषण पदवी मिळवली. म्हणून पत्ता मिळाला. खूप आनंद झाला.

नोकर : आनंद! भोला, काल यायचं होतंस. अरे, काल एवढी गर्दी झाली, विचारू नकोस. हार ठेवायलाही जागा पुरत नव्हती.

(आतून हाक येते. श्रीधर... अरे श्रीधर...)

बाईजी आल्या. जीऽऽ

(सुरजित पेपर वाचत असतो. आतून चंदाबाई बाहेर येतात. श्वेतवस्त्र परिधान केलेल्या चंदाबाईंचं वय झालं, तरी एके काळच्या सौंदर्यखुणा अजूनही दिसत आहेत. हातांतील फुले सांभाळीत त्या हरीप्रसादांच्या तसबिरीसमोर जातात. फुले वाहतात. हात जोडतात. वळतात.)

चंदा : अरे, श्रीधर, कुणाशी बोलत होतास? कोण आलंय्?

भोला : (मुजरा करीत) बाईजी, मी आलोय्, भोला!

चंदा : भोला! भोला, तू? अरे, किती वर्षांनी गाठ पडलीय्?

भोला : बाईजी! एवढ्या वर्षांनी आलो पण ओळख विसरली नाहीत. सारं मिळालं मला.

चंदा : माहेरची आठवण कधी विसरली जाते का?

भोला : माहेर!

चंदा : (हसते) तिथं गाणं मिळलं. म्हणून तेच माहेर. हरवलं म्हणून काय झालं. तेच माझं सासर. दोन्ही ठिकाणं तेवढीच मोलाची. बरा आहेस ना?

भोला : जी! काल मुंबईत आलो. पेपरमध्ये आपला फोटो नाव आलं म्हणून तर पत्ता सापडला.

चंदा : बरं झालं बाई ते पद्मविभूषण मिळालं. नाहीतर तुला पत्ता सापडला नसता. भोला बरा आहेस ना?

भोला : जी! बाईजी, तुम्ही गेला. सावनगढ विलीन झालं. सारी दुनिया बदलली. राजवाड्यात कॉलेज निघालं. मोतीबागेत प्रिन्सिपॉल राहिले. आमच्यासारखे नोकर बेघर झाले.

चंदा : काय सांगतोस?

भोला : राजाला घर उरलं नाही... तिथं आम्हाला कोण विचारणार?

चंदा	:	मग काय करतोस हल्ली?
भोला	:	तेच सांगायसाठी आलोय्. आम्ही कलापथक काढलं. त्याचे प्रोग्रॅम करत फिरतो. मुंबईचं आमंत्रण आलं, म्हणून आमचं पथक मुंबईत आलं. आज पेपरमध्ये तुमचं नाव वाचलं. कवा भेटीन, असं झालं. मी साऱ्यांना सांगितलं... त्यांना म्हणालो, गड्यांनो, मी बाईजींना आपल्या प्रोग्रॅमला आणतो. सारी हसली मला. बाईजी, तुम्ही यायला पाहिजे. मी तसं वचन दिलंय् साऱ्यांना.
चंदा	:	अरे, पण कुठं यायचं?
भोला	:	आज रात्री आपलं रवींद्र नाट्य मंदिर आहे ना, तिथं आमच्या लोकनाट्याचा शो आहे.
चंदा	:	लोकनाट्य म्हणजे?
नोकर	:	तमाशा!
भोला	:	तमाशा नव्हे. त्यात काही वाईट नाही, बाई. मी हमी देतो. येशील नव्हं?
चंदा	:	अरे, तू बोलवल्यावर जरूर येईन. पण त्याला एक अट आहे.
भोला	:	सांगा.
चंदा	:	तुमच्या लोकनाट्यात तुम्ही काय म्हणता, त्यातलं काही तरी ऐकव.
भोला	:	भले! बाईजी... तुमच्या गाण्यासाठी तुम्हाला सरकारनं पद्मविभूषण दिलं. तुमच्या पुढं मी काय म्हणणार? काय ऐकायचं, ते तिथंच ऐका. गरिबाची थट्टा....
चंदा	:	थट्टा नाही, भोला... तू मला काही ऐकवलंस, तरच येईन. काहीही म्हण. म्हण ना?
भोला	:	जशी आज्ञा!
		(भोला आठवतो. एक रूपक गीत गातो. ते गाणं सुरजित-चंदाच्या जीवनावरतीच आधारलेलं असतं. गाणं चालू असता चंदा भारावते. सुरजितच्या हातचं वर्तमानपत्रच गळून पडतं. तो उठून उभा राहतो. गाणं संपतं. चंदा अश्रू पुसते.)
चंदा	:	भोला! मी जरूर तुझ्या कार्यक्रमाला येईन. पण हे गाणं आज म्हणायचं नाही. समजलं?
भोला	:	जी!
		(चंदाचं लक्ष सुरजितकडे जातं. ती ओळखत नाही. सुरजित नमस्कार करतो. भोलाला ओळख पटते. तो आश्चर्याने सुरजितकडे पाहत असतो.)

चंदा : आपण...

सुरजित : आपल्याला पद्मविभूषण मिळाल्याचं ऐकलं. राहवलं नाही, म्हणून भेटायला आलो.

चंदा : बसावं. आपल्याला माझं गाणं आवडतं?

सुरजित : तो शब्द फार अपुरा आहे. आपलं गाणं ऐकणं हा माझा धर्म बनला आहे.

(चंदा पानाचा डबा उघडते. ती पान उचलते.)

चंदर, तू मला ओळखलं नाहीस?

(चंदाच्या हातचं पान गळून पडतं. ती उभी राहते.)

सुरजित : चंदा, मी सुरजित.

चंदा : (उद्गारते) सुरजित!

सुरजित : हां! एके काळचे सुरजितसिंह राठोड. एच्.एच्.द महाराज ऑफ सावनगढ.

(चंदाचे डोळे विस्फारले जातात. त्वरेने ती पुढे होते... वाकून नमस्कार करते.)

चंदा : क्षमा असावी, महाराज! खरंच मी ओळखलं नाही. आता दूरचं दिसतही नाही. आपण याल, याची कल्पनाही नव्हती.

सुरजित : कशी असावी! लौ लगाये खुदासे बैठे थे आ गया बीचमें खयाल तेरा। काय, भोला. आठवण आहे ना? का तूही विसरलास?

(भोला जवळ जाऊन मुजरा करतो.)

भोला : सरकार! ती याद नसती, तर जगलो असतो कसा? हुजूर, एक अर्ज आहे.

सुरजित : बोल!

भोला : आज रात्री आमचा प्रोग्रॅम आहे. आपण यायला...

सुरजित : (त्याच्या खांद्यावर हात ठेवत) नाही, भोला. ते मला जमणार नाही! जाग्रण करायचं नाही, अशी डॉक्टरांनी सक्त ताकीद दिली आहे आम्हाला. पण तू वाईट वाटून घेऊ नको. तू जे गीत गायलंस, ते आमच्या मनात अखेरच्या निःश्वासापर्यंत तरळत राहील. आता आम्ही पूर्वीसारखे राजे नाही... पण ही आमची अंगठी जतन कर.

(बोटातील अंगठी भोलाला देतो. भोला मुजरा करतो.)

भोला	: बाईजी! रात्री गाडी घेऊन येतो. तुम्ही आल्याखेरीज शो होणार नाही.
चंदा	: (हसून) जरूर घेऊन ये. मी वाट पाहते.

(भोला निघून जातो.)

सुरजित	: चंदा, आज सकाळी रेडिओवर बातमी ऐकली. तुला न भेटण्याचा निश्चय एवढी वर्षं मी पार पाडला. पण आज ते अशक्य झालं. एवढा सन्मान होत असता तुला न भेटणं कसं शक्य होतं? ते वचन पाळता आलं नाही, म्हणून प्रथमच क्षमा मागतो.
चंदा	: महाराज, असं बालू नये. हे यश आपलंच आहे.
सुरजित	: नाही, चंदर! ते तुझंच आहे. ही तुझी तपश्चर्या आहे. त्यासाठी तू सर्वस्व गमावलं आहेस. हे कुणाच्याही ध्यानी येणार नाही. हार्ट-ॲटॅक येऊन गेलेला मी. जीवनात अखेरीला खोटं कशाला बोलू?
चंदा	: महाराज! काय घेणार?
सुरजित	: काही नको! बैस. बोल.
चंदा	: पान लावू?
सुरजित	: पान! नको. चंदर, हे दात खरे नाहीत. ते केव्हाच पडले. आता हे खोटे दात आहेत. पान चावत नाही. तू पान जुळव.
चंदा	: राहू दे!
सुरजित	: ते चालणार नाही. आयुष्यात एकदा पान जमवायला घेतलं होतं; पण ते जमलं नाही. निदान हे पान तरी माझ्यामुळं राहिलं, असं नको व्हायला. पान जुळव. संकोच बाळगण्याचं आता आपलं वय राहिलेलं नाही.

(चंदा पानाचा डबा घेऊन येते. जवळ बसते. पान जुळवू लागते.)

चंदा	: आपण मुंबईतच असता?
सुरजित	: मग जाणार कुठं?
चंदा	: आणि युवराज...
सुरजित	: ते सध्या इटलीत आहेत. सावनगढ विलीन झाल्यावर त्यांचा विवाह झाला. त्यानंतर आम्ही इटलीला गेलो होतो. युवराजांनी तिथं दोन हॉटेल्स विकत घेतली आहेत.
चंदा	: आणि राणीसाहेब!
सुरजित	: त्यांना इथल्यापेक्षा इटलीत राहणंच बरं वाटलं. हॉटेलच्या धंद्यात त्यांचाही हिस्सा आहे.
चंदा	: आपण एकटेच....

सुरजित	: (हसतो) एकटा का? रामसिंग आठवतो ना? तो बरोबर असतो. खूप चांगल्या आठवणी सोबतीला आहेत. तुझ्या रेकॉर्ड्स आहेत. संगत सुटली, तरी आठवणी सुटत नसतात. कुणी कवीनं म्हटलं, ते खोटं नाही. 'तुझसे तेरी याद अच्छी, जो आनेको शरमाती नहीं, तू आके चली जाती है, वो जाती नहीं।
चंदा	: (गहिवरते) महाराज...
सुरजित	: खैर! ज्यांच्या जिवावर जगावं, अशा आठवणी मागं राहिल्या, हे का थोडं?
चंदा	: आपली प्रकृती...
सुरजित	: दिसते तशी आहे. दात पडले, त्यामुळं फारसं पचत नाही. डोळे अधू बनलेत. त्यामुळं फारसं वाचवत नाही. संध्याकाळी फ्लॅटवरून रामसिंगबरोबर फिरायला जातो.
चंदा	: आणि....
सुरजित	: (हसतो) आणि काही नाही. पिणं केव्हाच सोडलं.
चंदा	: सोडलं?
सुरजित	: सोडावं लागलं. दोनदा हार्ट-अॅटॅक येऊन गेला. डॉक्टरांनी पिऊ नका, म्हणून सांगितलं.
चंदा	: आणि आपण ते ऐकलंत! एकदा धरलेली गोष्ट तुम्ही कधी सोडणार नाही.
सुरजित	: निदान तू तरी हे म्हणू नको. मीच तुला काशीहून आणली ना आणि मीच तुला सोडलीही. एकट्या जीवाला दारूची सोबत होती. पण तेही परमेश्वराला पाहवलं नाही. ती सोडावीच लागली.
चंदा	: मृत्यूचं भय! आणि आपल्याला?
सुरजित	: मृत्यूचं नव्हे. त्याची तर मी गेली कैक वर्ष अधीरतेनं वाट पाहतो आहे. तो आला, तर आनंदानं मी स्वागतच करीन. पण वाटतं, मृत्यू दिरंगाईचा नसावा. विकलांग अवस्थेत तो न यावा. अर्धांगासारख्या आजारानं गाठलं, तर... कोण बघेल माझ्याकडं? चंदा, लुळंपांगळं मन आयुष्यभर फरफटत नेता येतं. ते कुणाला समजतही नाही. पण शरीर...

(चंदा गुदमरते. सुरजितच्या ते ध्यानी येतं. तो सावरतो.)

त्याचसाठी दारू सोडली. समुद्रकाठी फ्लॅट आहे. त्या सागराची नित्याची हार-जीत बघत वेळ जातो.

चंदा : फ्लॅट! आणि आपला पॅलेस...

सुरजित : तो केव्हाच विकला! राणीसाहेबांच्या नावावर तो होता आणि एका माणसाला पॅलेस लागतो कशाला? चंदा, पण तुझं ठीक चाललंय् ना?

चंदा : गुरुकृपेनं सर्व आहे. गाण्यावर फारसा पैसा कमावला नसेल, पण कुणापुढंही हात पसरण्याचीही पाळी आली नाही. अखेरपर्यंत काळजी नाही मला.

सुरजित : ही पंडितजींची कृपा. त्यांनी तुला गाणं दिलं. तुझ्यासाठी आपली प्रतिष्ठा पणाला लावली.

चंदा : महाराज...

सुरजित : मला काही सांगण्याची गरज नाही. पंडितजींना मीही ओळखत होतो. अशा निष्कलंक चारित्र्याचा कलावंत पाहायला मिळणं दुर्मीळ. नावलौकिक असता त्यांनी वृद्धापकाळी तुझ्याशी विवाह केला, ते तुला आणि तुझ्या गाण्याला अबाधित राखण्यासाठीच ना! त्यांचा त्याग फार मोठा. ते बळ माझं नव्हतं.

चंदा : मला सारं मिळालं. काही न सांगताही आपण सारं जाणलंत.

सुरजित : आणि म्हणूनच इथं यायचं धाडस केलं. आज पंडितजी असते, तर त्यांचे पाय धरण्यात मला धन्यता वाटली असती. शेवटी काय झालं त्यांना?

चंदा : काही नाही. एकदा त्यांनी माझी मैफल ठरवली. संगीत क्षेत्रातले सारे जाणकार गोळा झाले होते. ती माझी पहिली मैफल होती. मला संकोच नको, म्हणून ते हजर राहिले नाहीत. त्या मैफलीचं अमाप कौतुक झालं. मैफलीहून मी घरी आले. त्यांच्या पायांवर डोकं ठेवलं. दुसऱ्या दिवसापासून घरी मोठमोठ्या जाणकारांची, रसिकांची वर्दळ वाढली. माझं कौतुक ऐकण्यात गुरुजी आनंद घेत होते. रात्री झोपण्याआधी ते म्हणाले. मुली, यापुढं तुला कधीही कुणापुढं मस्तक झुकवण्याचा प्रसंग येणार नाही. जे दिलं, ते वाढव. शिकव. आज मी माझं गाणं सुखरूप असल्याचा आनंद भोगतो आहे. तुझ्या आयुष्याच्या अखेरीला तूही तो मिळव. त्या आशीर्वादाचा अर्थ त्या वेळी मला कळला नाही. सकाळी उठवायला गेले, तो पंडितजी केव्हाच या जगाचा निरोप घेऊन गेले होते.... समाधानानं....

सुरजित : तुझं जीवन सार्थकी लागलं, चंदा! ते पाहण्यासाठी मलाही जगल्याचं समाधान वाटलं.

चंदा : सुरजित! नावलौकिक मिळवला. गाणं राहिलं. पण त्यासाठी आपली आयुष्यं मात्र खर्ची पडली.

सुरजित : तसं मला वाटत नाही, चंदा! आपण सारं मिळवलं. हम न होंगे, न जमानेमें निशानी होंगी। जिंदगी अपनी किसी रोज कहानी होगी। चंदा, त्याचसाठी मी आज आलो आहे. एक याचक म्हणून...

चंदा : याचक?

सुरजित : हो! मी काही मागितलं, तर देशील?

चंदा : काय हवं, महाराज? मी आपल्याला काय देणार?

सुरजित : स्वार्थापोटी जे जतन केलंस... ते...

चंदा : कसला स्वार्थ? काय बोलता, महाराज...

सुरजित : चंदा, तुझ्या एवढ्या मैफली झाल्या. रेकॉर्ड्स निघाल्या, पण तू कधी 'कैसे आऊँ, बलमा' ही ठुमरी गायली?

चंदा : कुणी फर्माईश केली नाही.

सुरजित : आणि केली असती, तर?

चंदा : (उठते) का मला छळता?

सुरजित : एका मोहरेसाठी ठुमरी गहाण पडावी, हे मला रुचलं नाही. मनात खोलवर रुजलेली गोष्ट कलावंताला खूप देऊन जाते. माझ्या यादगारीसाठी अडकलेली ती ठुमरी मोकळी करण्यासाठी मी आलो आहे. याचक म्हणून. मला ती मोहर हवी.

चंदा : सुरजित...

सुरजित : चंदा, तुझं गाणं टिकावं, म्हणून एका श्रेष्ठ कलावंतानं आपली सारी कला तुला दिली. त्यासाठी प्रतिष्ठा पणाला लावली. त्या गाण्यात स्वार्थापायी उणीव राहावी, असं मला वाटत नाही. मला मोहर हवी, चंदा.

चंदा : मोहर?

सुरजित : मला माहीत आहे, ती मोहर तू जपली आहेस. एकांती तिला पाहून अश्रू ढाळले आहेत.

चंदा : तेवढीही आठवण राहू नये, असं का वाटतं?

सुरजित : चंदा, अशी आठवण देईन, की जी उम्रभर पेलता-पेलता दमछाक होऊन जाईल. पण त्या आधी मला ती मोहर हवी.

(चंदाचा हात गळ्याशी जातो. ती चेन खेचते. त्यात ती मोहर असते.)

गळ्यात बांधलीस? दे.

(चंदा चेन काढते. सुरजितच्या हाती देते.)

आता तुझ्या गळ्याला कसर राहणार नाही. चंदा, हरीप्रसादनी आपलं गाणं तुला दिलं. पण त्यापुढचं गाणं तुझ्या या ठुमरीतून जन्म घेईल. गाण्याची इज्जत गवय्या करत नसतो. तो माझ्यासारखा रसिकच करतो. चंदा, ज्या मोहरेसाठी ती ठुमरी बंदिस्त राखलीस. ती मला ऐकायची आहे.

चंदा : हुजूर, वय झालं. पण त्या मोहरेपायी त्या ठुमरीची अनेक रूपांतरं झाली. जागतेपणी... स्वप्नी... तीच आळवली. आवाज कातर बनला, म्हणून काय झालं? ती ठुमरी आपल्याच पायी रुजू करीन. आनंदानं... बसावं...

(सुरजित बसतो. चंदा नव्या ढंगानं तीच ठुमरी गाते. गाणं संपतं. सुरजित उठतो.)

चंदा : माझी बिदागी, हुजूरऽऽ

सुरजित : जरूर मिळेल. पण त्यासाठी एक वादा करावा लागेल. मंजूर?

चंदा : जरूर!

सुरजित : जेव्हा दिल्लीहून तो सन्मान घेऊन येशील, तेव्हा माझ्या फ्लॅटवर तुला यावं लागेल. फक्त पाच मिनिटांसाठी! येशील?

चंदर, ज्यासाठी संकोच बाळगावा, असं तुझं किंवा माझं वय राहिलं नाही. ही मोहर देऊन गाणं मोकळं झालं. माझी एक गुंतवणूक बाकी आहे. त्यातून मला सोडवणं तुझ्या हाती आहे. दिल्लीहून मुंबईला येताच तुला माझ्या फ्लॅटवर यावं लागेल. तू माझ्याकडं येणार, हे कुणालाच समजता कामा नये.

चंदा : आज्ञा, हुजूर!

सुरजित : मी आजवर आज्ञा केली नाही. पण आग्रह असलाच, तर ही पहिली आणि शेवटचीच आज्ञा समज. हे माझं कार्ड. त्यावर पत्ता आहे. नीट जपून ठेव. जेव्हा दिल्लीहून परत येशील, तेव्हा मी वाट पाहत असेन. येतो आम्ही.

(त्याच वेळी कालीचरण प्रवेश करतो. सुरजितला पाहून दचकतो. कालीचरण खूप बदललेला आहे. वयानंच नाही, तर रूपानेही. तो अधिक कुरूप, व्याधीने जर्जर दिसतो. सुरजित वळतो, हे ध्यानी येताच त्याला चेहरा, न दिसेल, असा उभा राहतो. कालीचरणकडे

एक दृष्टिक्षेप टाकून सुरजित निघून जातो. चंदा कालीचरणकडे पाहून उद्गारते. 'कोण?' कालीचरण वळतो. पुढे येतो. चंदा त्याला शांतपणे निरखते.)

कालीचरण : मी कालीचरणऽऽ...
चंदा : कालीचरण, ही हालत झाली तुझी?
कालीचरण : बीमार आहे, बेटी! त्या शेवटच्या दिवसाची वाट पाहत आहे.
चंदा : खूप वाट पाहावी लागेल; कालीचरण, इतक्या सहजासहजी तुझी सुटका व्हायची नाही. केलेली पापं इथंच फेडावी लागतात.
कालीचरण : चंदा.... बेटी...
चंदा : हां! कालीचरण, परत बेटी हा शब्द उच्चारू नको. ती तुझी योग्यता नाही; आणि नव्हती.
कालीचरण : विसरलीस, मी तुला पाळलं... वाढवलं...
चंदा : अनेक वेळा मी हे ऐकलंय्! परत तेच ऐकण्याची माझी इच्छा नाही आणि त्यासाठी तू खूप मिळवलंस. लाथेच्या तालावर आणि शिव्यांच्या सुरावर मी नाचले. गायले. तुझं घर भरलं. ज्या धनाकडं पाहायची तुझी योग्यता नव्हती, ते गुरुजींचं धन डोळ्यांदेखत लुटलंस. नाही, कालीचरण... आता माझ्यावर तुझा कसलाच अधिकार नाही.
कालीचरण : मी तुला रस्त्यावरून उचललं नसतं, तर हे दिवस तुला दिसले असते?
चंदा : उचललीस, ती काच! चकाकत होती, म्हणून! पण तिची पारख करण्याची तुझी जात नव्हती. त्या दोघांनी माझी पारख केली. त्यांनी काचेचा हिरा बनवला. ती किमया त्यांची- तुझी नव्हे.
कालीचरण : विसरतेस, चंदा! हिऱ्याची पैदास कोळशाच्या खाणीत होते.
चंदा : कदाचित ते खरं असेलही! पण कोळशाच्या संगतीत राहून हिरा मोठा होत नाही. दोघांच्या नशिबांत खूप फरक असतो. एक राजमुकुटातला भूषण बनतो. तर दुसऱ्याला जळावं लागतं. राख होईपर्यंत...
कालीचरण : बेहयाऽऽ.
चंदा : हां, कालीचरणऽ! हे माझं घर आहे आणि माझ्या जोड्यावर अनेक वर्षांची धूळ साचली आहे.
कालीचरण : मुझे माफ करना! मी साफ बुडालोय्, चंदाऽऽ

चंदा	:	माझ्याकडून एक छदामही मिळणार नाही.
कालीचरण	:	मला पैसे नकोत. चंदा, मला फक्त काही दिवस आसरा दे.
चंदा	:	आसरा! एक कबुतर उडालं, म्हणून कबुतरखाना ओस पडत नाही. हे तूच सांगितलं होतंस ना?
कालीचरण	:	मी भीक मागतो. मला तुझ्या घरात आसरा दे. रहेम!
चंदा	:	दया पुण्यवंतांच्यासाठी असते आणि तुझा तर काहीच उपयोग नाही. दारू पिऊन पिऊन हात-पाय थरथरायला लागलेत तुझे. सारंगीवर गजही फिरवता यायचा नाही. ना नजरबंदी. हातचं बळ संपवून डोळ्यांच्या कवड्या झाल्यात तुझ्या...
कालीचरण	:	जे बोलशील, ते ऐकेन मी. जोडेसुद्धा खाण्याची तयारी आहे माझी.
चंदा	:	तुझी असेल! पण तुला जोड्यानं मारणं हा जोड्याचा अपमान आहे. अरे, दुसऱ्यांच्या पायाला चटके लागू नयेत, म्हणून स्वत: होरपळून घेणारे ते जोडे! त्यांची योग्यता कुठं आणि तुझी कुठं?
कालीचरण	:	चंदाऽ.
चंदा	:	नाही, कालीचरण. या घरात तुला जागा नाही. दयेला सुद्धा मर्यादा असतात. तुला या घरात आसरा देऊन मी माझं पवित्र घर कधीही विटाळणार नाही. तू ठीकपणे चालता व्हावंस, हे बरं.

(कालीचरण वळतो, चंदा हाक मारते.)

श्रीधरऽऽ

(श्रीधर प्रवेश करतो.)

एक पेला दूध घेऊन ये.

कालीचरण	:	(वळतो) दूध!
चंदा	:	नाग दाराशी आला, तर त्याला दूध पाजणं आमचा धर्म आहे.

(त्याच वेळी सी.आय्.डी. इन्स्पेक्टर आत येतात.)

आपण?

कामत	:	बाईजी, माफ करा! मी सी.आय्.डी. इन्स्पेक्टर कामत.
चंदा	:	सी.आय्.डी.?
कामत	:	जी! याच्या मागावर आहोत आम्ही.
कालीचरण	:	माझ्या?
कामत	:	हो! पळून जण्याचा प्रयत्न करू नको. कालीचरण, या घराभोवती सख्त नजर आहे. मी तुला अटक करीत आहे.

कालीचरण : का? कोणत्या गुन्ह्यासाठी?

कामत : खुनाच्या!

चंदा : खुनाच्या?

कामत : जी! काशीला एका गाणाऱ्या बाईचा खून करून हा आलेला आहे.

कालीचरण : साफ खोटं! तिनं आत्महत्या केली.

कामत : चूप! मग तू पळून का आलास? बाईजी, आपण याला ओळखता?

चंदा : माझ्याइतकं त्याला कोण ओळखणार? याच्या पंज्यातून मी सुटले नसते, तर माझीही तीच गत झाली असती. आजवर ह्याच्या हातानं अनेक मुली गंगार्पण झाल्या असतील. बिचारींचा पत्ताही लागला नसेल. पापक्षालन करणारी झाली, म्हणून काय झालं? त्या गंगेनं तरी किती सामावून घ्यावं पोटात? कदाचित त्याचमुळं ती लाश मागं राहिली असेल. घेऊन जा, इन्स्पेक्टर साहेब, त्याला...

(इन्स्पेक्टर कालीचरणला खुणावतो. कालीचरण बरोबर तो जात असता प्रकाश मंदावतो.)

(प्रवेश पहिला समाप्त)

प्रवेश दुसरा

*(**स्थळ** : मुंबई, सुरजितचा हॉल.*

रंगमंच प्रकाशतो, तेव्हा सुरजितचा फ्लॅट नजरेत येतो. फ्लॅटमध्ये अलमाऱ्या, नक्षीदार खुर्च्या, छोटी शोभिवंत टेबले, संगमरवरी पुतळे, गालिचे यांनी जागा व्यापलेली दिसते. भिंतीवर राजघराण्यातील स्त्री-पुरुषांची तैलचित्रे दाटीवाटीने लावलेली आहेत. त्यात जयपालसिंहांचेही तैलचित्र आहे. त्या सर्व वस्तूंनी त्या जागेला सजावटीपेक्षा अडगळीचे रूप आलेले आहे. मध्यभागी नजरेत येईल, अशा ठिकाणी एक आच्छादित खुर्ची ठेवलेली आहे.

आतून सुरजित प्रवेश करतो. त्याचा पहेराव बदललेला आहे. सुरवार, अचकन अंगात आहे. मस्तकी साफा आहे. साफ्यावर शिरपेच झगमगतो आहे. सुरजित एकवार घड्याळाकडे पाहतो. त्याचं लक्ष टेलिफोनकडे जातं. तो टेलिफोनजवळ जाऊन टेलिफोन

उचलतो. आकडे फिरवतो.)

सुरजित : हॅलोऽऽ रेल्वे इन्फर्मेशन... डीलक्स आली?... केव्हा... राईट टाईमवर आली?... थँक यू... थँक यू व्हेरी मच्...

(सुरजित फोन खाली ठेवतो. चेहऱ्यावर आनंद असतो. त्याची नजर फ्लॅटवरून फिरते. चेहऱ्यावरचा आनंद लोप पावतो. चेहरा उद्विग्न बनतो. त्याच वेळी कानांवर अल्काब ऐकू येतो–

'बा आदब बाऽ.... होशियारऽऽ समशेर तीन, जंग समशेर तीन बहाद्दूर, खास उल् खा... प्रजापालक पृथ्वीपती सुरजितसिंग महाराजऽऽ

सुरजितसिंह कानांवर हात ठेवतो. ओरडतो- 'खामोशऽऽ'

एकदम शांतता पसरते. सुरजितसिंहाची संतप्त नजर पूर्वजांच्या तैलचित्रांवर खिळते.)

सुरजित : तुम्ही सावनगडच्या सिंहासनाचे मानकरी! पिढ्यान् पिढ्या ते राज्य तुम्ही उपभोगलंत. कोण्या एका वीर पुरुषानं स्वतंत्र राज्य स्थापलं. स्वतंत्र ध्वज फडकावला. त्याच तुमच्या घराण्याचा शेवटचा वंशज मी! ते राज्य माझ्या सहीनं खालसा झालं. तुम्ही स्वराज्य- संस्थापक ठरलात.. आणि मी... बुडवा! असंच ना? अहं! हसू नका. ते तुम्हाला कधीच कळायचं नाही. माझ्या जागी तुम्ही जरी असता, तरी तुम्हाला, मी जे केलं, तेच करावं लागलं असतं.

(उदास हसतो. दुसऱ्या तैलचित्राकडे नजर जाते.)

आणि, तुम्ही?... तुम्ही राज्य उपभोगलंत. एक माणसानं पराक्रम केला आणि त्याच्या नावावर तुम्ही पिढ्यान् पिढ्या राज्य करीत आला. आयुष्यातली सर्व सुखं तुम्हाला मिळाली. दु:खाचा लवलेशही तुम्हाला शिवला नाही. तुम्ही खरे भाग्यवान!

(वडिलांच्या प्रतिमेकडे लक्ष जातं.)

आणि, पिताजी, तुम्ही खरी सत्ता गाजवलीत. राज्य टिकवण्यासाठी तुमच्या प्रजेवर तुम्ही घोडी घातली. अनेकांना फाशीच्या तख्तावर चढवलंत; आणि त्या सर्व पापांचा वारसा माझ्या पदरात टाकून ऐनवेळी तुम्ही पळ काढलात... भ्याड... ज्यांच्यासाठी प्रजेवर

दडपशाही केलीत, तो इंग्रज केव्हाच पळून गेला. तुम्ही राज्यं उपभोगलीत... सत्ता गाजवलीत आणि आज मी राज्यहीन... सत्ताहीन होऊन फक्त तुमच्या पापांची फळं भोगतो आहे. हेच करायचं होतं, तर सामान्य माणूस म्हणून मला का जगू दिलं नाही? आजवर कधी मोकळेपणानं जगता आलं नाही... मरण तरी मनाजोगं येईल का?

(बेल वाजते. सुरजित भानावर येतो. दरवाज्याकडे पाहतो. दरवाजा उघडतो. रामसिंग प्रवेश करतो. त्याच्या हाती गुलाबपुष्प आहे.)

सुरजित	:	अरे, किती वेळ केलास? गाडी आलीसुद्धा...
रामसिंग	:	क्रॉफर्ड मार्केटला जावं लागलं.
सुरजित	:	(गुच्छ निरखत) छान आहे आणि हे बघ. वाळ्याचं सरबत फ्रीजमध्ये ठेवलंस ना?
रामसिंग	:	जी!
सुरजित	:	तुला आठवतं? चंदाला वाळ्याचं सरबत भारी आवडायचं.
रामसिंग	:	सरकार! आज साऱ्या अखबारांमधून बाईजींचे फोटे आलेत...
सुरजित	:	का नाही?... का नाही... तसा सन्मानच मिळवलाय् तिनं. तिचा होत असलेला गौरव पाहण्यात... वाचण्यात केवढी धन्यता वाटते, बघ ना! तू जाताच खाली जाऊन सारी वर्तमानपत्रं घेऊन आलो. अरे, आपल्या सावनगढचं नाव तिनं अख्ख्या भारतात रौशन केलं.
रामसिंग	:	सरकार, बाईजी येतील?
सुरजित	:	जरूर येईल. गाडी वेळेवर आली, तरी काय झालं? तिला थोडा वेळ होणारच! तिच्या स्वागतासाठी सारी मंडळी जमली असतील. हारतुरे होतील. फोटो काढले जात असतील. खूप गर्दी झाली असेल. पण तिचं लक्ष कुठही नसेल, बघ. त्या लोकांना काय सांगावं आणि कसं बाहेर पडावं, याचाच विचार करीत असेल...
रामसिंग	:	सरकार! एकदा बाईजी बाजारात भेटल्या होत्या. टॅक्सी थांबवून खाली उतरल्या. आपली चौकशी केली. डोळ्यांत पाणी आणून त्या म्हणाल्या- 'रामसिंग, सर्वांनी त्यांना सोडलं. तू तरी त्यांना सोडून जाऊ नको. त्यांना जप...'

(रामसिंग डोळे टिपतो. सुरजित त्याच्या खांद्यावर हात ठेवतो. हसतो...)

सुरजित	:	रामसिंग, तू मला सोडून जाशील कसा? पूर्वजन्मीचा देणेदार

	आहेस ना? तुझी सुटका नाही, बाबा...
रामसिंग	: सरकार...
सुरजित	: या जगात कुणी कुणाबद्दल प्रेम वा तिरस्कार अकारण बाळगत नाहीत. हे सारे पूर्वजन्मींचे ऋणानुबंध असतात. त्याच्या बळावर माणसं जवळ येतात. तशीच दुरावतातही... (घड्याळ पाहतो.) रामसिंग, येव्हाना ती यायला हवी होती... गाडी येऊन खूप वेळ झाला.
रामसिंग	: सरकार!
सुरजित	: सारं लक्षात आहे ना? ती आली, की मी दरवाजा उघडीन. तू सरबत घेऊन ये. हा फुलांचा गुच्छ इथंच राहू दे. चटकन देता येईल. तिला गुलाब भारी आवडतात. मागून घ्यायची ते फूल...
	(त्याच वेळी बेल वाजते. सवयीनुसार रामसिंग दरवाजा उघडायला जातो. सुरजित हाक मारतो, 'रामसिंग'. रामसिंग पाहतो. सुरजित नकारार्थी मान हलवतो. रामसिंग मागे सरतो. सुरजित फुलाचा गुच्छ घेऊन दरवाजा उघडतो, दारात चंदा उभी असते. ती आत येते. सुरजित तिच्या हाती पुष्पगुच्छ देतो.)
सुरजित	: आप आए घर हमारे। खुदाकी कुदरत है। कभी हम उनको, कभी अपने गरीबखानेको देखते हैं।
	(त्या शेराने चंदा व्याकूळ होते. एकदम वाकून सुरजितच्या चरणांना स्पर्श करते.)
चंदा	: याचसाठी का मला बोलवलंत? कोणता अपराध केला, म्हणून?
सुरजित	: (चंदाचे खांदे धरून तिला उठवतो) हां, चंदा, गैरसमज होतो तुझा. तुझा अपमान करावा, तुला हिणवावं, म्हणून हा शेर तुला ऐकवला नाही. शेर सारेच सांगतात. वेळी अवेळी. पण योग्य त्या प्रसंगी योग्य तो शेर मिळणं कठीण. अजाणतेपणी, सहजपणानं एखादी सम गाठावी, तसा हा शेर आज अवतरला आहे. आजच्याइतका अर्थ त्याला केव्हाच लाभला नसेल.
चंदा	: तेवढी मोठी नाही मी. मला लाजवू नये.
सुरजित	: आज संकोच वाटतो आहे, तो मला. एवढा सन्मान मिळवून तू या घरी येते आहेस. तुझं स्वागत मी काय करणार? आज आम्ही सावनगढचे राजे असतो, तर हत्तीवर सुवर्णअंबारी चढवून, सवर्णफुलं उधळीत तुझी मिरवणूक काढली असती. पण आज... तू येणार, हे समजून तुला चार पावलं सामोरं जाणं, तुझं स्वागत करणं

	यांपलीकडं माझ्या हाती आज काही नाही. तुझे पाय या निवासाला लागले, त्याची आज धन्यता वाटते.
चंदा	: धन्यता वाटते आहे, ती मला. आपण जरी बोलावलं नसतंत, तरी मला इथं यावंच लागलं असतं.
सुरजित	: तू आली असतीस?
चंदा	: हो! यावंच लागलं असतं!

(चंदा पर्स उघडते. त्यात पद्मविभूषण पदक असते. ते पाहून सुरजित थक्क होतो.)

| सुरजित | : पद्मविभूषण पदक! |
| चंदा | : जी! आपल्या कृपेमुळं लाभलेला हा सन्मान आपल्या पायांशी वाहायला नको का? |

(सुरजित ते पदक मस्तकी लावतो. चंदाच्या हाती देतो.)

सुरजित	: नाही, चंदा! या अडगळीच्या जागी त्याला जागा नाही. जे मोलाचं होतं, ते सर्वांनी उचललं. जे विकता आलं नाही आणि टाकण्याचं धारिष्ट झालं नाही, ते या अपुऱ्या जागेत ठासून भरलं आहे. तशी पाळी आलीच, तर एखादं अँटीकचं दुकान थाटून काही वर्षं आरामात काढता येतील. या ऐश्वर्याला आता तेवढीच किंमत आहे. हे पद्मविभूषण तू मिळवलंस ना! ते फार मोठं आहे.
चंदा	: ती आपलीच कृपा आहे.
सुरजित	: माझी कृपा?
चंदा	: होय, सुरजित. राष्ट्रपतिभवनात हा सन्मान स्वीकारत असता हात थरथरले. रस्त्यावर पडलेली मी! तुम्ही मला उचलली नसतीत, तर माझी गत काय झाली असती, याची कल्पनाही करवत नाही. एक बाजारी तवायफ मी. तिला कुठल्या कुठं नेऊन पोहोचवलीत. मी फक्त कारण झाले. पण या सन्मानचिन्हाचे खरे मानकरी आपणच आहात. ते याच घरात शोभून दिसेल...
सुरजित	: नाही, चंदर! त्याला इथं जागा नाही. या अडगळीच्या जागेत त्याला स्थान नाही. चंदर, देव्हाऱ्यातले देव कधी जमिनीवर आणायचे नसतात. एक तर ते हातावर पेलेल जातात किंवा देव्हाऱ्यावर तरी राहतात. आता या हातात ते पेलण्याचं बळ राहिलं नाही.
चंदा	: सुरजित! इतकी का मी परकी झाले?

(सुरजित तिला जवळ घेतो.)

सुरजित : हां, चंदर! आनंदाच्या प्रसंगी डोळ्यांत पाणी आणायचं नसतं. तू परकी असतीस, तर तुझ्या आठवणीत मी माझं एकाकीपण विसरलो नसतो. या आठवणीच्या सोबतीनं मला जगण्याचं बळ दिलं. तू आलीस... भेटलीस... त्यात सारं मिळालं. जिंदगी-मौतके दोही तो तराने हैं। एक तुम्हें याद नहीं, एक मुझे याद नहीं...

चंदा : सुरजित! हा सन्मान मिळण्यापासून मी सारखा तोच विचार करते आहे. मी फक्त गाण्यासाठीच जगले. तुम्ही मला काशीहून आणलंत. पण तुमच्या जीवनातून मला बाहेर पडावं लागलं. गुरुजींनी सारी विद्या दिली. हे गाणं वाचविण्यासाठी सारी प्रतिष्ठा त्यांनी पणाला लावली. पण त्याबदली मी फक्त त्यांच्या बदनामीलाच कारण झाले. नाही, सुरजित... सारं मिळूनही मी सारं काही गमावलं... सारं गमावलं...

सुरजित : नाही, चंदर. ते खरं नाही! सारं ऐश्वर्य, छंद असताही मनाची उदासीनता कधी कमी झाली नाही. एकाकीपण कधी सुटलं नाही. पण तो सारा आभासच होता. हरीप्रसादजी, तू... तुम्ही दोघांनी जीवनात कोणता स्वार्थ बाळगला? त्या त्यागातूनच हे संगीत घराणं जन्माला आलं ना? मृत्यूनंतर साऱ्यांचंच जीवन साऱ्या आकांक्षांसह संपून जातं. पण ते खरे भाग्यवान की, ज्यांच्या मृत्यूनंतरही त्यांची तपश्चर्या फुलत राहते. त्या साधनेपायी दोन जीव जळून गेले असतीलही! पण त्यांच्या मागं हजारो कष्टी जीवांना सुख देणारे सूर राहतील. त्याची किंमत कोण करणार? यापरतं जीवनाचं सार्थक ते कोणतं?

(त्याच वेळी रामसिंग सरबताचा पेला घेऊन येतो.)

पाहिलंस? तुला वाळ्याचं सरबत आवडतं, म्हणून रामसिंग ती आठवण ठेवून घेऊन आला.

(चंदाला काही बोलवत नाही. पुढे केलेल्या ट्रेमधला ग्लास उचलते.)

चंदा, ते पद्मविभूषण पदक याला दाखव ना! त्या बिचाऱ्याला तरी कुठं पाहायला मिळणार? तू सरबत घे. मी दाखवतो त्याला.

(सुरजित पदक रामसिंगला दाखवतो. त्याच्या हाती देतो.)

रामसिंग, तू आजवर अनेक कंठे, पदकं पाहिली असशील. पण

ती सारी आम्हीच करवून घेतली आणि आमच्याच हातांनी गळ्यात घातली. हे सन्मानचिन्ह! खरं! याची सर यायची नाही.

(चंदा रिकामा पेला ठेवते. उठते.)

सुरजित : चंदा, थोडं थांब, फार महत्त्वाच्या कामासाठी तुला बोलवल आहे.

(रामसिंग ट्रे घेऊन जातो.)

तू इथं आल्याचं कोणाला माहीत नाही ना?

चंदा : जी! नाही. स्टेशनवरून लक्ष्मीदर्शनासाठी एकटीच बाहेर पडले.

सुरजित : लक्ष्मीदर्शन! तेच घडणार आहे.

(सुरजित उठतो. एक आलमारी उघडतो. त्यात एक जुना डबा आहे.)

दोनदा इथं चोरी झाली. त्याचमुळं सेफपेक्षा हा उघड्यावरचा डबाच अधिक सुरक्षित वाटला.

(डबा उघडतो. त्यात एक तेजस्वी कंठा असतो. कंठा पाहून चंदा चकित होते.)

चंदा, आज हा कंठा तुझ्या हवाली करणार आहे. याची किंमत करणं कठीण आहे. कैक लाख याच मोल होईल.

चंदा : महाराज...

सुरजित : चंदा, हा कंठा आमच्या घराण्यात प्रत्येक पिढीनं एकदाच वापरला. राज्यारोहण प्रसंगी! हा आमच्या घराण्याचा मानबिंदू. तुझ्या हाती हा मी सोपवत आहे. तो तू जतन कर.

(चंदा मागे सरते. नजर कंठ्यावर खिळलेली असते.)

चंदा : नाही, सुरजित! एवढी माझी योग्यता नाही. असली क्रूर थट्टा करू नको...

सुरजित : ही क्रूर थट्टा नाही, चंदर! हा कंठा बाळगण्याचा अधिकार फक्त तुझा आहे, चंदर! ती योग्यता फक्त तुझी आहे. तुझ्याखेरीज त्याचा वारसा कोण चालवणार? सावनगढचे वंशज म्हणवून घेणारे आज परदेशात हॉटेल्स काढून बसले आहेत. खानावळवाल्यांचा धंदा करणाऱ्यांच्या हाती का हा वारसा सुपुर्द करू?

चंदा : म्हणून का हा कंठा माझ्या हवाली करावा! राजघराण्याचा दागिना राजघराण्यातच शोभतो. राजमुकुटातच हिरा शोभतो. केवढंही ऐश्वर्य असलं, तरी त्याचा दिमाख म्हणून, हिरा पायातल्या जोड्यावर

जडवू नये. तिथे हिऱ्याबरोबरच त्या माणसाच्या इज्जतीलाही धक्का लागतो.

सुरजित : अगदी बरोबर! त्याचसाठी पूर्ण विचारांती हा कंठा तुझ्या हाती देत आहे. चंदा, पिढ्यान् पिढ्याचे आम्ही सावनगढचे राजे. या मातीवर आमचं घराणं पोसलं. इथलं सारं ऐश्वर्य आम्ही भोगलं. संस्थानं विलीन झाली आणि एका क्षणात तो पिढ्यान् पिढ्याचा रिश्ता तुटला. तो जोडण्याची कुवत आमची नव्हती. हिंमत नव्हती. पण तो वारसा तू अभिमानानं चालवलास... चंदाबाई सावनीवाले! जोवर सावनीवाले हे संगीत घराणं पृथ्वीतलावर नांदत राहील, तोवर सावनगढचा वारसा ढळणार नाही. पिढीजात हक्कानं, संपत्तीच्या बळावर वारसा सांगणारे अनेक पाहिलेत. पण त्या वारशाला सूर देणारा, सुरांनी अमर करणारा आजवर मी पाहिला नव्हता. जोवर पृथ्वीतलावर ही गायकी नांदते आहे, तोवर हा रिश्ता तोडण्याचं सामर्थ्य दैवालाही नाही. चंदा, तुझ्या तपश्चर्येनं, त्यागानं आज सावनगढ अमर झालं आहे. हा कंठा अभिमानानं बाळगण्याचा अधिकार तुझ्याखेरीज अन्य कोणाचाच नाही. फक्त तुझा आहे... तुझाच आहे... घे!

चंदा : नको, महाराज! हा भार मला सोसायचा नाही...

सुरजित : खरं आहे... अगदी खरं आहे! पण तो सोसावाच लागेल. फार मोठी जबाबदारी आहे ही! हा कंठा अव्हेरू नको. संस्थान विलीन झालं... आमच्या संपत्तीची मोजदाद झाली. घराण्याची इभ्रत समजला जाणारा हा कंठा... त्याची दप्तरी नोंद करण्याचा धीर झाला नाही. देव्हाऱ्यातले देव कधी कागदावर नोंदवले जातात का? अनेक वेळी परदेशी गेलो. पण हा चोरून नेण्याचा, विकण्याचा विचारही मनात आला नाही. हा कंठा तुला किंवा मला यापुढं कधीच विकता येणार नाही. हा कंठा विक्रीला काढला, तर हातकड्यांचा धनी व्हावं लागेल...

चंदा : पण हा कंठा घेऊन मी काय करू?

सुरजित : काय करू?

(सुरजित कासावीस होतो. तो कंठा बळेच चंदाच्या हाती देतो. छातीवर हात जातो. चेहऱ्यावर वेदना उमटते. चंदा धावते.)

चंदा : (घाबरून) महाराज, आपली तबियत...

सुरजित	: (सावरत) ठीक आहे! आज सावनगढचा वारसा तुझ्या हाती सुपूर्द केला.. मी निश्चिंत झालो. सावनगढासाठी मी काही केलं नाही. निदान त्याच्या नावासाठी तरी काही करता आलं. हा जप... तुझ्या आयुष्याच्या अखेरीला तुझ्या श्रेष्ठतर शिष्याच्या हाती हा सुपूर्द कर. हा वारसा असाच चालू दे. चंदाऽऽ.

(चंदा घाबरते. रामसिंगला हाक मारते. रामसिंग येतो. तो सुरजीतकडे पाहतो. तसाच वळतो. धावतो, औषधाची गोळी, पाण्याचा पेला घेऊन येतो... सुरजित त्याही अवस्थेत हसतो.)
आता त्याचा काही उपयोग नाही...

चंदा	: सुरजितऽऽ
सुरजित	: चंदा! माझ्यासाठी रडतेस? मी जातो, म्हणून? चंदर, पहिला अॅटॅक आला, त्या वेळी राणीसाहेब जवळ होत्या. त्यांनी मला एकच विचारलं... (खिन्न हसतो) 'विल केलंय ना?' साऱ्यांना हवं होतं, ते धन! मी कुणालाच नको होतो. हा रामसिंग आणि तू... तुम्ही दोघांनाच मी हवा होतो. स्वामिनिष्ठेपायी या रामसिंगला माझ्या पायांखेरीज काहीच दिसलं नाही.. आणि तुझ्या भव्यतेमुळं मला तुझ्याकडं कधी पाहताच आलं नाही.
चंदा	: बोलू नये... त्रास होईल...
सुरजित	: त्याची भीती आता नाही, चंदर. मी आज खूप समाधानी आहे. तुझ्या आठवणीत एकाकी जीवन काढता आलं. पण वाटायचं, एकटं असता मरण येऊ नये. आपल्या माणसांच्या डोळ्यांतले अश्रू बघता अखेरचा श्वास सोडावा. तुला पाहत, तुझ्या सुरांच्या पायघड्यांवरून स्वर्ग गाठावा...
चंदा	: सुरजित...
सुरजित	: हां, चंदरऽऽ आम्ही फार थकलोऽऽ
रामसिंग	: सरकारऽ... मी डॉक्टरनाऽऽ
सुरजित	: थांब! अखेरच्या वेळी अवज्ञा करू नको. सांगतो, ते ऐक...
रामसिंग	: जी!
सुरजित	: फार थोडा वेळ राहिलाय्... इकडं ये. आजवर कुठलीच आज्ञा तू मोडली नाहीस. विश्वास आहे माझा. आज अखेरची आज्ञा करतो. पाळशील?
रामसिंग	: सरकारऽऽ

सुरजित : हा कंठा चंदाला दिला आहे, हे कुणालाही कळता कामा नये. तू ते विसरून जा...

रामसिंग : जी!

सुरजित : तो कंठा आम्ही केव्हा वापरला होता, माहीत आहे?

रामसिंग : जी! कुठला कंठा?

सुरजित : मी चंदाला दिला, तो...

रामसिंग : केव्हा हुजूर.... मी ते केव्हाच विसरून गेलो...

सुरजित : हवं तेव्हा, हवं ते विसरून जाण्याची तुझी निष्ठा मला लाभली असती- तर... (कळ येते.) जा. डॉक्टरना फोन कर... जा...

(रामसिंग जातो.)

चंदा : आपण बसावंऽऽ

सुरजित : बसू? कुठं? (चंदाकडे पाहून हसतो) चंदा, राज्य गेलं, तरी काय झालं? आम्ही सावनगढचे राजे ना! आम्हाला विसावा घ्यायला या पृथ्वीतलावर जागा नाही.

(सुरजित चंदाला बाजूला सारतो. झोकांड्या देत आच्छादित खुर्चीकडे जातो. दोन्ही हातांनी खुर्चीवरचं आच्छादन ओढतो. सिंहासन नजरेत येतं.)

पाहिलंस, चंदर! हे बघ, सावनगढचं सिंहासन!... याच्यात आणि साध्या खुर्चीत काय फरक आहे? याच्यासाठी कशाला मी यातना भोगतो? याला स्पर्श करावा, असंसुद्धा वाटत नाही. पण याखेरीज आता मला दुसरी जागा तरी कुठली!

(सुरजित सिंहासनावर अंग टाकतो...
रामसिंग फोन करीत असतो...
चंदा सुरजितच्या पायांशी बसलेली असते...
चारी बाजूंनी 'कैसे आऊँ, बालमा'चे सूर उमटत असतात...
सुरजित चारी बाजूंना पाहत असतो...
थरथरणारा हात पायांशी रडणाऱ्या चंदाकडे जातो...
त्याच वेळी सुरजित ढासळतो...
प्रकाश मंद होत असता–
'कैसे आऊँ, बालमा'चे सूर रेंगाळत असतात...)

पडदा

www.ingramcontent.com/pod-product-compliance
Lightning Source LLC
Chambersburg PA
CBHW060811060825
30592CB00040B/1070
* 9 7 8 8 1 7 7 6 6 1 8 7 3 *